வேம்பழமாடன்

சாஸ்தா

ISBN 979-8-89026-371-1

1

பாண்டிய நாட்டையே காவல் காத்து நிக்கற நம்ம அழகரோட மகிமைய கேள்விப்பட்டு அவர தரிசிக்க வந்த கேரள நாட்டு ராசா, அழகரோட அழகப் பாத்து அப்பிடியே மெய் மறந்து நின்னாராம்..

ம்ம்..

அழகரோட சக்திய தெரிஞ்சுகிட்ட ராசா ஊருக்குத் திரும்பி போகும் போதே விபரீதமான முடிவோட போனாராம்.. "இந்த அழகர் நம்ம ஊருல இருந்தா நமக்கு வேண்டியத சாதிக்கலாம்ங்கறது தான் அந்த விபரீத முடிவு". தன்னோட நாட்டுக்குப் போன ராசா கேரளாலயே ரொம்ப திறமையான 18 மந்திரவாதிகளை வரவழைச்சாராம்..

ம்ம்..

அவங்ககிட்ட ராசா தன்னோட முடிவ சொன்னதும் அவங்க 18 பேரும் உடனே அதுக்கு சரினு சொன்னாங்களாம். அந்த 18 மந்திரவாதிகளும் மாசி மாசம் அமாவாசை அன்னைக்கு

நடுசாமத்துல பூச செஞ்சு அழகர்மலை புறப்பட தயாரானாங்களாம்.. அப்போ அங்க வந்த ராசா அந்த 18 மந்திரவாதிகளையும் பாத்து

"போற காரியத்த வெற்றிகரமா முடிச்சுட்டு வரணும். அதுக்கு உங்களுக்கு பாதுகாப்பா.. இதோ நம்ம கருப்பு கூட வருவான்னாராம்"

அப்போ ராசா கூட இருந்த அந்த கேரள நாட்டு காவல் தெய்வம் கருப்ப பாத்து அந்த 18 மந்திரவாதிகளே நடு நடுங்கிப் போய்ட்டாங்களாம்..

"ஏன்..?"

ஏன்னா.. ஆறடி ஓசரம்.. கருத்த உருவம்.. உருண்ட கண்ணு, தடிச்ச மீச..யானத்தந்தம் மாதிரி கையி..அந்த கையில பெரிய வீச்சருவா.. பாறாங்கல்லு மாதிரி காலு, இடுப்புக்கச்சை, குதிகாலத் தொட்டு இருந்த சலங்கைனு கருப்ப பாத்து மந்திரவாதிகளுக்கே பயம் வந்துருச்சாம்..

தாத்தா வேம்படிமாடான் சொல்லும் கதையைக் கேட்டுக்கொண்டிருந்த ஆதிமாரிக்கும் அதே பயம் தொற்றிக்கொண்டது

"சொன்னதெல்லாம் நெனவிருக்கட்டும்.. எப்படியாவது அந்த அழகர அங்க இருந்து இங்க கொண்டு வந்துருங்க.. ம்ம் புறப்படுங்கன்னு" ராசா உத்தரவு போட

"கருப்பு முன்னாடி குதிரைல போக.. 18 மந்திரவாதிகளும் பின்னாடியே போனாங்களாம்..

"அப்பறம் என்னாச்சு.." ஆதிமாரிக்கு ஆர்வம் தாங்கவில்லை

என்னாச்சா.. கள்ளச் சிரிப்போட மலை உச்சில இவங்களுக்காகவே காத்துகிட்டு இருந்தாரு நம்ம அழகரு.. இவங்களும் அழகர்கிட்ட போனங்களாம். அப்போ கருப்பு அழகரப் பாத்ததும் அந்த வசீகரத்துல அப்படியே மயங்கிப் போயி நின்னுட்டாராம்.. கூட வந்த மந்திரவாதிக அழகரயும் அங்க இருந்த தங்கத்தையும் தூக்கிட்டுப் போக முயற்சி செய்ய.. அத தெரிஞ்ச ஊரு சனம் மொத்தமும் தெரண்டு வந்து அந்த 18 மந்திரவாதிகளையும் அடிச்சே கொன்னு 18 படி மாதிரி ஆக்கிட்டாங்களாம்..

"நல்லா வேணும்.." அழகர் தப்பித்த நிம்மதியில் சொன்ன ஆதிமாரியின் முகபாவத்தை பார்த்திருந்தால் அழகரே ரசித்திருப்பான்.

கருப்பப் பத்தி தெரிஞ்ச அழகரு "இனிமே நீ தான் இந்த மலைக்கு காவல்னு சொல்லி அந்த 18 மந்திரவாதிகள கொன்னு பொதச்ச அந்த 18 படி மேலயே காவல் தெய்வமா உக்கார வெச்சாராம்.."

"அன்னைல இருந்து இப்போ வரைக்கும் அழகருக்கும் மக்கசனத்துக்கும் காவலா நின்னு காப்பாத்தறதே அந்த 18ம் படி கருப்பு தாம்மா. நாயதர்மத்துக்கு மட்டுந்தான் கருப்பு கட்டுப்படுவான். தப்பு யாரு செஞ்சாலும் அவனோட தண்டனைல இருந்து தப்பவே முடியாதும்மா.."

சொல்லி முடிக்க முடிக்க உடல் சிலிர்த்து முகம் வேர்த்து நரம்புகள் முறுக்கேறியது வேம்படிமாடனுக்கு..

கதை கேட்டுக் கொண்டிருந்த அவரின் பேத்தி எட்டு வயது ஆதிமாரியின் குட்டிக்கண்கள்

அதைப்பார்த்து பயத்தில் மிரள, அந்த கூரை வீட்டின் மறு ஓரத்தில் பாயில் படுத்திருந்த அவளின் பாட்டி காத்தாயியின் இருமல் ஆதிமாரியை சுய நிலைக்கு கொண்டு வந்தது.

"ஆத்தா சுடுதண்ணி வேணுமா.?" என்றாள் ஆதிமாரி

பதில் வார்த்தைகளும் இருமலாகவே வந்து விழுந்தது.

வேம்படிமாடன்.. ஐம்பத்தேழு வயது.. எலும்பும் தோலுமான தேகம். சுருட்டும் பீடியும் குடித்துக் குடித்துக் காய்ந்து போன உதடுகள்.. பீடியை உள்ளே இழுத்து இழுத்து குழியாகிப் போன கன்னங்கள்.. தோள்களில் புரண்டு விழுந்த தலைமுடி.. முக்கால் பாகம் நரைத்திருந்தது. ஆத்தாவை விட தாத்தனுக்கு முடி அதிகம் என்று ஆதிமாரி கிண்டல் செய்யும் அளவுக்கு முடியை வைத்திருந்தார் வேம்படிமாடன். காவி அல்லது கருப்பு வேட்டி தான் எப்போதும். எப்போதாவது டவுனுக்கு போகும்போது மட்டும் கோயிலில் தானமாய் வந்திருந்த வெள்ளை வேட்டியை உடுத்துவார்.

திருச்சி புலிவலம் அருகே கொணலை கிராமத்தின் "கோமரத்தாடி" தான் இந்த வேம்படி மாடன். கோமரத்தாடி என்றால் கருப்பன் வந்து ஆடும் சாமியாடி. வருடந்தோறும் ஆடி பவுர்ணமி அன்று வேட்டைக்கு செல்லும் வேம்படி மாடனின் பக்தியும், பக்தியில் இருக்கும் நேர்மையும் அவன் சொல்லும் குறியும் அந்த சுத்துபட்டு கிராமங்களுக்கே பரிச்சயம். வேம்படிமாடனின் தலைமுறை தான் தொடர்ந்து கோமரத்தாடிகள் ஆகி வருகிறார்கள்.

கொணலை ஊராட்சியில் உள்ள அரசு பள்ளியில் மூன்றாவது படிக்கும் ஆதிமாரி தான் தாத்தா பாட்டிக்கு எல்லாமே. அவள் பிறந்து ஒரு வருடத்திலேயே ஆதிமாரியின் அம்மா கிணற்றில் விழுந்து இறந்து விட்டாள்.

அரசு பொறம்போக்கு நிலத்தில் அவர்களின் சிறிய கூரை வீடு வேயப்பட்டிருந்தது. மின்சாரம் இல்லை. கழிவறை இல்லை. காட்டுக்குத் தான் போகவேண்டும். உடல் நிலை சரியில்லாத காத்தாயி ஒரு மழைக்காகிதத்தில் போகும் கழிவுகளை வேம்படிமாடன் தான் மறு நாள் சுத்தம் செய்து எடுத்து வீசுவார். அந்த குடிசை வீட்டுக்கு உள்ளே ஒரு ராந்தல் விளக்கு. அதுதான் அவர்களுடன் இரவெல்லாம் பயணிக்கும். வீட்டின் ஒரு மூலையில் ரேசன் அரிசியும், பருப்பும், சக்கரையும், பாமாயில் டப்பாவும் இருக்க.. மறு ஓரத்தில் கிழிந்த பாயில் காத்தாயி படுத்திருக்க.. அவளின் தொடர் இருமல் அதிகரிக்கும் சமயங்களில் மட்டும் அது ஆதிமாரிக்கு பரவாமல் இருக்க பேத்தியை அரிசி பருப்பு இருக்கும் பக்கம் காத்தாயியின் பழைய சேலைகளை விரித்து படுக்க வைப்பார்கள். வேம்படி மாடன் இருவருக்கும் நடுவில் படுத்திருப்பார். வேம்படிமாடனின் தலை மாட்டுக்கு மேல் எண்ணை பிசுபிசுப்பான கண்ணாடி சட்ட்துக்குள் அங்கங்கே பொத்தலாகி உதிர்ந்த நிலையில் வெள்ளைக் குதிரை மேல் அமர்ந்திருக்கும் கருப்பசாமியின் படம். அதற்கு முன்னே சிறிய மண் விளக்கு. பெரும்பாலும் எண்ணையில்லாமல் விளக்கு ஏற்றப்படாது. அதற்காக கருப்பசாமியிடம் எண்ணை

கேட்கமாட்டார். மன்னிப்பு மட்டும் கேட்பார் வேம்படி மாடன்.

தினமும் கருப்பசாமி, சுடலை மாடன்களின் கதைகளைச் சொல்லி பேத்தியை தூங்க வைத்த பின்பே அவர் தூங்குவார்.

* * *

1993 ஆடி மாதம் 1 ஜூலை 16

தூரத்தில் மங்கலாய் எரியும் ஒற்றை மின் கம்பத்தின் வெளிச்சத்தில் கொணலை கிராமம் அந்த நள்ளிரவைக் கடந்து கொண்டிருந்தது

புளியமரங்களும் வேப்ப மரங்களும் புங்க மரங்களும் சாலையின் இரு புறமும் வரிசை கட்டி இருட்டை அள்ளித் தெளித்துக் கொண்டிருந்தன.

கோட்டான்களின் சத்தம் கிரிச் கிரிச் என்று இரவின் நிசப்தத்தில் ஊடுருவி நெடுந்தூரம் வரைக் கேட்டுக்கொண்டிருந்தது

ஊரின் எல்லையில் இருக்கும் சங்கிலி கருப்பசாமி கோவிலின் பின்பக்க தெருவில் நாய் ஒன்று பலமாக ஊளையிட அதைக்கேட்டு மற்ற நாய்களின் எதிர் ஊளைகள் கிராமக்கடைசி வரைக்கும் எதிரொலித்தது.

ஒரு விளக்கு அந்தரத்தில் தானாக வருவது போல தெரிய.. அருகே வர வர அது ஒரு சைக்கிளின் டைனமோ என்று தெளிவானது

* * *

குடிசையின் உள்ளே ஆதிமாரியும் காத்தாயியும் உறங்கியிருக்க

சம்மணங்கால் போட்டு அமர்ந்து கண்களை உருட்டி உருட்டி வாசற்கதவையே பார்த்துக் கொண்டிருந்தார் வேம்படி மாடன்.

"ஏய்யா தூங்கலயா.?" சட்டென விழித்த காத்தாயி கேட்டாள்

"ஒரு வரவு ஒண்ணு இருக்கு இப்போ.." சொல்லிவிட்டு உடலைச் சிலுப்பினார் வேம்படிமாடன்

மெல்ல பாயில் இருந்து எழுந்து விட்டாள் காத்தாயி. அவளுக்குத் தெரியும் வேம்படிமாடனின் குறி சொல் தப்பாது என்று.

சற்று நேரத்தில் வாசலில் சைக்கிள் பெல்லடிக்கும் சப்தம் கேட்டது. பின்னர் அந்த சத்தம் நின்று விட.. சில நொடிகளில் மரக்கதவை "தட் தட் தட்" என்று தட்டும் சத்தம் கேட்க

"யாரது இன்னேரத்துல" காத்தாயி இருமியபடியே கேட்க

"போலீஸ்" வெளியே இருந்து குரல் வந்தது

2

காத்தாயியின் இதயம் படபடத்தது.

பாயில் இருந்து தடுமாறினாள்

மெல்ல குடிசை நிலைக்கட்டைக்கும் கதவுக்கும் இடையே சொருகப்பட்டிருந்த குறுங்கம்பியை வெளியே இழுத்துக் கதவை உள்பக்கமாக இழுத்தாள்

வெளியே ஒரு போலீஸ்காரர் நின்றிருந்தார்

"ஐயா என்னங்கய்யா" என்றாள்

அவளின் கலைந்த முடியையயும் நோய் கொண்டு வாடியிருந்த முகத்தையும் நைந்து போயிருந்த சேலையையும் அருவருப்பாகப் பார்த்த அந்த போலீஸ்காரர்

"உம்மவன் வந்தானா.?" அதட்டலாகக் கேட்டார்

"இல்லீங்க ஐயா வருசம் ஆச்சி. ஒரு கடுதாசி கூட போடறதில்லீங்கய்யா" காத்தாயி

அவளின் பதிலை காதில் வாங்காதது போல "என்னடா எந்திரிச்சி வெளிய வரமாட்டியா" என்று

உள்ளே அமர்ந்திருந்த வேம்படிமாடனை அந்த போலீஸ்காரர் எரிச்சலாய்ப் பார்க்க

குறி சொல்லும் நிலையிலிருந்து சகஜ திரும்பிய வேம்படிமாடன் சடாரென ஓடிவந்து கைத்துண்டை கக்கத்தில் வைத்து "ஐயா" என்று கும்பிட்டு நின்றான்

அந்த போலீஸ்காரர் புலிவலம் காவல் நிலையத்தின் ஏட்டையா துரைப்பாண்டி என்று வேம்படிமாடனுக்கு பார்த்தவுடன் அடையாளம் தெரிந்தது.

"எப்போ கேட்டாலும் வரல வரலனு பொய் சொல்லிட்டே திரிங்க. ஒரு நா உன் மவன் வசமா சிக்குவான் அன்னைல இருந்து அவன் ஆயுசு முழுக்க ஜெயிலு தான். ஞாபகத்துல வெச்சுக்கோ" சொல்லிக்கொண்டே தன் கையில் இருந்த டார்ச் லைட்டை அந்த குடிசை முழுக்க அடித்துப் பார்த்தார்.

பிறகு டார்ச்சை அணைத்தபடி திரும்பி தன் சைக்கிளுக்குப் போனார்.

சைக்கிளின் ஹேண்டில் பாரில் சொருகியிருந்த வாக்கிடாக்கியின் சப்தம் கேட்டு வேகமாகச் சென்று அதை எடுத்தார் துரைப்பாண்டி

வாக்கிடாக்கியின் இடது பக்க பட்டனை அழுத்தியபடியே "ஐயா புலிவலம் ஹெச்.சி 422 பேசறேங்கய்யா. இப்போ கொணலைல சந்தேக குற்றவாளி வீட்டை செக் பண்ணிட்டு இருக்கேங்கய்யா." பவ்யமாக பதிலளித்தார்

"துரைப்பாண்டி நீங்க 2 மணிக்கு பூமிநாதர் கோவில் பீட் செக் பண்ணிட்டு அப்படியே

ஸ்டேசனுக்கு வாங்க" இன்ஸ்பெக்டர் முத்துராஜா எதிர் முனையில் பேச

"ஐயா உத்தரவுங்கய்யா" என்றபடியே சைக்கிளை வேகமாக மிதித்தார்

மீண்டும் கதவை சாத்தியபடியே வேம்படிமாடனும் காத்தாயியும் உள்ளே போனார்கள்.

பாயில் உட்கார்ந்து விசும்பத் தொடங்கினாள் காத்தாயி

"இந்தா இப்ப எதுக்கு அழுவுற. புள்ள முழிச்சுக்க போவுது." வேம்படிமாடன் உறங்கும் ஆதிமாரியை பார்த்தபடியே காத்தாயி பக்கத்தில் உட்கார்ந்து அவளைத் தேற்றினான்

"ஊருக்கே குறி சொல்லுற.. நாம பெத்த புள்ளக்கு நல்ல வாழ்க்க அமச்சு குடுக்கல உன் கருப்பசாமி" அழுதாள் காத்தாயி

"நீ நெனக்கறது நடந்தா "நம்ம கருப்பசாமி" இல்லாட்டி "என் கருப்பசாமியா"..? குத்திக்காட்டினான் வேம்படிமாடன்

"உன் புள்ள உதவாக்கரக கூட சேந்து கெட்டுப் போனதுக்கு கருப்பசாமி என்ன பண்ணும்.? நா அவன எனக்கு பொறவு கோமரத்தாடி ஆவான்னு நெனச்சேன். அதுவும் நடக்கலயே. என் கவலயெல்லாம் எனக்கப்பறம் கருப்பனுக்கு பூச போட்டு வெளக்கேத்த ஆரும் இல்லையெனு தான்" வேம்படிமாடன் விரக்தியாய் பேசினான்.

"ஆமா கோமரத்தாடி பெரிய கலெட்டர் உத்யோகம். என் மவன் ஒரு ஆட்டோ வாங்கி ஓட்டி கை நிறைய

சம்பாதிக்க ஆசப்பட்டான். உன்னால அதுக்கு பைசா குடுக்க முடில அதான் ஊர விட்டுப் போயிட்டான். இந்த சாமியாடி பொழப்பு உன்னோட போட்டும்" மீண்டும் அழுதாள் காத்தாயி

"உம்மவனுக்கு படிப்பு ஏறல. எங்கூட இருந்து சாக்கு தைக்கக் கத்துக்க சொன்னேன். அதுவும் கேக்கல. கண்ட பிக்காலி பசங்களோட சேந்து களவாணித்தனம் பண்ணிருப்பான். போலீஸ் சும்மா விடுவாங்களா..? அதான் தேடிகிட்டு வாராங்க" வேம்படிமாடன்

"அவன் ஒண்ணும் தப்பு பண்ணிருக்க மாட்டான். கூட்டாளிக பண்ணுன தப்புக்கு இவன தொழாவிட்டு திரியறாங்க" காத்தாயி சொன்னதும் அவளையே பார்த்த வேம்படிமாடன் கேட்டான்,

"கடுதாசி ஏதாச்சும் வந்துச்சா"

"இல்லய்யா எம்மவன்ட்ட இருந்து ஒரு காயிதமாச்சும் வராதான்னு கருப்பசாமிய வேண்டாத நாள் இல்ல"

எதுவும் பேசாமல் அமைதியாக படுத்துக் கொண்டார் வேம்படிமாடன்

அவர் கண்களில் பழைய காட்சிகள் விரிந்தன

ஒன்பதாம் வகுப்பு பெயிலாகி மீண்டும் கொஞ்ச நாள் பள்ளிக்கூடம் போன பின் ஒரேயடியாக படிப்புக்கு முடிவு கட்டினான் மாசானமுத்து. வேம்படிமாடன் காத்தாயி தம்பதியின் ஒரே மகன்.

படிப்பு ஏறவில்லை. பள்ளிக்கூடத்தில் அவனொப்பம் படித்து பெயிலான கூட்டாளிகளோடு

சேர்ந்து மண்ணச்சநல்லூரில் தங்கமகன் ரஜினி ரசிகர் மன்றம் நடத்தி வந்த மாசானமுத்து அவன் கூட்டாளி மாணிக்கத்துடன் சேர்ந்து லாரி ஓட்டப் போனான்

சாக்கு தைக்கப் பழகிக்கோ என்ற வேம்படிமாடனிடம் மகனுக்காக மல்லுக்கட்டினாள் காத்தாயி.

கோயிலுக்காச்சும் வா என்ற போதும் மறுத்தான்

பின்னர் ஒரு நாள் டவுனுக்கு வண்டி ஓட்டப் போவதாக சொல்லிச் சென்றான்

மாதம் ஒரு முறை வருவான். இல்லாவிட்டால் அம்மாவுக்கு கடிதம் போடுவான்

பின் ஒரு நாள் இரவு ஒரு பெண்ணைக் கூட்டி வந்து "இவ தான் நா கல்யாணம் கட்டிகிட்ட பொண்ணு" என்று சுமதியை அறிமுகப்படுத்திவிட்டு முன்னூறு ரூபாயையும் கொடுத்து விட்டுச் சென்றான். மகன் பொறுப்பாயிட்டான் என்று மகிழ்வில் அந்த காசை அப்படியே கருப்பசாமிக்கு முடிந்து வைத்தாள் காத்தாயி.

எப்போதாவது வருவான். பின்னர் மகள் பிறந்ததாக கடிதம் போட்டான்.

ஒரு நாள் இரவு நேரத்தில் வந்து, "சுமதி கெணத்துல விழுந்து செத்துப்போயிட்டா" என்று சொல்லி காத்தாயியின் கையில் ஆறு மாதக் கைக்குழந்தையான ஆதிமாரியைக் கொடுத்துவிட்டுச் சென்றான்.

அப்போது தான் ஒரு முறை புலிவலம் காவல் நிலையத்திலிருந்து போலீஸ் வந்து மதுரை நகரத்தில் ஒரு லாரிசெட் உரிமையாளரை கொலை செய்த வழக்கில் மாசானமுத்துவும் குற்றவாளி என்ற தகவலை சொல்லிவிட்டுப் போனார்கள்.

வேம்படிமாடனும் காத்தாயியும் என்ன செய்வதென்றே தெரியாமல் நிலைகுலைந்து போனார்கள்.

காலங்காலமாக சாமிக்கு பூசை செய்து வந்த குடும்பம் இன்று கொலைகார குடும்பம் ஆகிவிட்டது என்று கருப்பசாமி முன்பு கண்ணீரோடு நின்றான் வேம்படிமாடன்

பிறகு ஆறு வருடங்களாக கடிதமே இல்லை கருப்பசாமிக்கு வெளக்கு போடுவது நின்று விடும் என்பதால் வேம்படிமாடன் எங்கேயும் போவதில்லை. காத்தாயிக்கு கொணலை கிராமமே உலகம். அதைத் தாண்டி அவள் அசலூருக்கு சென்றதே இல்லை. மகன் மாசானமுத்து எங்கேயாவது மறுமணம் செய்து இருப்பான் என்று நினைத்துக் கொள்வார்கள். என்றாவது ஒரு நாள் தங்களைப் பார்க்க வரமாட்டானா என்ற நினைப்பிலேயே அவர்கள் காலம் போனது

இதோ இப்போது நீண்ட நாள் கழித்து மீண்டும் போலீஸ் மாசானமுத்துவை தேடி வந்துவிட்டது.

பழைய நினைவுகளோடு அப்படியே தூங்கிப்போயிருந்தான் வேம்படிமாடன்.

* * *

பொழுது விடிந்தது.

ஆதிமாரி எழுந்ததும் கூடைக்குள் அடைத்து வைத்திருந்த கோழிகளைப் பார்க்க போனாள்

சுற்று வட்டத்தில் பிள்ளைமார், தேவர்மார், நாயக்கமார், நாசுவர் என குடும்பங்கள் இருந்தாலும் அந்த வீட்டு பிள்ளைகள் யாரும் ஆதிமாரியுடன் தெருவில் சேருவது இல்லை. பள்ளிக்கூடத்தில் பேசுவதோடு சரி.

போதாக்குறைக்கு அப்பன் கொலைகாரன் என்பதால் ஆதிமாரியோடு தங்கள் பிள்ளைகளை அவ்வூர்க்காரர்கள் சேரவே விடமாட்டார்கள்.

அதனால் ஆதிமாரிக்குக் கோழிகள் தான் தோழிகள். தினமும் அவைகளை திறந்து விட்டு வெளிக்கு போகும் இடத்தில் குப்பைகளை கொத்துவதை அக்கறையாய் பார்ப்பாள்.

காத்தாயி உலை கொதிக்க வைத்திருந்தாள்

வேம்படிமாடன் சிகாமணியின் டீக்கடைக்கு போயிருந்தான். வரும்போது அம்பது பைசாவுக்கு வருக்கியும் சொம்பில் ஒரு ரூவாய்க்கு டீயும் வாங்கிவருவான். சிகாமணி டீக்கடை வருக்கி ஆதிமாரிக்கு மிகவும் பிடித்த தின்பண்டம். அதை தண்ணீரிலோ டீயிலோ முக்கி அது பொத்துக்கொண்டு உடைந்து கீழே விழுந்தாலும் அதை விரல்களால் எடுத்து சாப்பிடும் அழகை பார்த்துக்கொண்டே இருப்பான் வேம்படிமாடன். கூட ரெண்டு ரூவாய் இருந்தால் வேம்படிமாடன் மாலை நேரத்தில் ஆதிமாரிக்கு அவளுக்கு மிகவும் பிடித்த தேங்காய்ப்பன் வாங்கிவருவான்.

தூரத்தில் ஒரு பத்து பதினைந்து பேர் வருவதைப் பார்த்து ஆதிமாரி ஓடிச் சென்று "ஆத்தா கூட்டமா யாரோ வராங்க" என்றாள்

மெல்ல வெளியே வந்த காத்தாயி வரும் கூட்டத்தை பார்த்து ஆடி பவுர்ணமிக்கு நடக்கும் கோயில் விழா நிகழ்வுகள நினைவுக்கு வந்தது

"மாரி ஓடிப்போய் தாத்தனக் கூட்டிட்டு வா" என்றாள்

"சரித்தா" என்றபடி படலை தாண்டி வலது பக்கம் உய்யக்கொண்டான் ஆத்து மணல் பாதையில் சிகாமணியின் டீக்கடைக்கு ஓடினாள்.

தாத்தா இல்லாத சமயம் யாராவது வந்தால் ஆதிமாரிக்கு மகிழ்ச்சி தாங்காது. தாத்தாவை அழைத்து வரும் சாக்கில் தெருக்களில் கைகளை நீட்டி செடிகொடிகளை தட்டிக்கொண்டே போவதும் அவளது பள்ளிக்கூட பிள்ளைகளின் வீட்டைப் பார்த்துக் கொண்டே போவதும் அவளுக்கு மிக பிடித்தமான ஒன்று. அதுவும் அப்போது அந்த வீடுகளில் அவளது பள்ளிக்கூட பிள்ளைகளை அப்போது பார்த்துவிட்டால் வாய் நிறையச் சிரிப்பாள்.

தாத்தாவின் கையைப்பிடித்து அவளே வீசி வீசி நடந்து வந்தாள் ஆதிமாரி. அவளின் மறு கையில் பேப்பரில் பொதிந்த வருக்கியும் வேம்படிமாடனின் மறுகையில் பழைய செய்தி தாள் வைத்து மூடிய டீ செம்பையும் தூக்கிக் கொண்டு வந்தான்

கூட்டத்தை பார்த்ததும் வேம்படி மாடன் வேகவேகமாக வந்தான்

கூட்டத்தின் நடுவே நின்றிருந்த ராமுவைப் பார்த்து கையெடுத்து கும்பிட்டான்.

"சாமி நீங்கலாம் இங்க வந்துருக்கீங்க சொல்லி அனுப்பிருந்தா நானே வந்துருப்பேன்ல சாமி"

"அது ஒண்ணுமில்ல வேம்பா.. நேத்து புலிவலத்துல ஒரு கொலை ஆகிப்போச்சி. செத்துப்போனது பள்ளர் ஊட்டு ஆளு. அது சம்பந்தமா உம்ம மவன சந்தேகப்பட்டு நேத்து போலீஸ் தேடி நம்மூருக்குள்ள வந்துட்டு போச்சினு சொன்னாங்க. புலிவலத்துக்காரங்களுக்கும் நமக்கும் எந்த பிரச்சனையும் இல்ல.. ஆனா உம்மவனால அது ஒரு சாதிப்பிரச்சனை ஆயிடகூடாதுல்ல வேம்பா" கூட்டத்தில் இருந்த பெரியவர் பவானிப்பிள்ளை பேசினார்.

அதிர்ச்சியாய் நின்றிருந்தாள் காத்தாயி

"ஐயா எம்மவன பாத்தே வருசமாச்சிங்கய்யா. எங்க இருக்கான் எப்படி இருக்கான்னு கூட தெரில." வேம்படிமாடன் வேதனையாய் சொல்ல

"அதெல்லாம் எதுக்கு வேம்பா பேசிகிட்டு... எங்கயோ தப்பு பண்ணான் சரி விட்டரலாம். நம்ம பக்கத்தூருலயே கொலைய பண்ணிருக்கான். கொலகாரன் யாருனு கேட்டா நம்ம ஊர்க்காரன்னு சொல்றதால ஊருக்குத் தேவையில்லாத பிரச்சன.. பேசாம நீ ஊரக் காலி பண்ணி டவுனு பக்கம் எங்காச்சும் போயிரு" அதே பவானிப்பிள்ளை பேச

"ஐயா எனக்கு இந்த ஊரயும் என் கருப்பசாமியயும் விட்டா வேற நாதியில்லய்யா. எம்மவன் தப்பு பண்ணிருந்தா சர்க்கார் என்ன தண்டனை வேணா

குடுக்கட்டும்யா. நானும் என் பொஞ்சாதியும் பேத்தியும் எங்கய்யா போவோம்.? கருப்பசாமிய விட்டு எங்கயும் போகாமாட்டன்யா. இந்த ஊருக்கு என்னால எந்த கெடுதலும் வராதுய்யா.. கையெடுத்துக் கும்பிட்ட வேம்படிமாடனின் குரல் தழுதழுத்தது

"ஏண்டா தா***ளி நீ மட்டும் தா கருப்பசாமிக்கு பூச பண்ணுவியா. தே**டியாப்பய உன்ன பூசாரி ஆக்குனதே தப்பு. இதுல போமாட்டேன்னு திமிரு மயிறு பேசறயா" என்றபடியே நாலு எட்டு முன்னே வந்து தன் செருப்பைக் கழட்டி வேம்படிமாடனின் கன்னத்தில் ஓங்கி அறைந்தான் ராமு.

வேம்படி மாடனுக்கு ஒரு நொடி தலை சுற்றி பொறி கலங்கியது. அவமானத்தில் உடல் கூனிக்குறுக.. உடன் இருந்த அடிப்பொடிகள் ஆளாளுக்கு வேம்படிமாடனைப் போட்டு அடித்து உதைக்க வேம்படி மாடனின் கால் பட்டு அங்கே வைத்திருந்த சொம்பு கவிழ்ந்து டீ மண்ணில் வழிந்து ஓடியது

"தாத்தா.. தாத்தா" என்று அழுத ஆதிமாரியை காத்தாயி வந்து இழுத்து தன் சேலை தலைப்பால் அணைத்து நிறுத்தினாள்.

பின் அடிப்பவர்களைப் பார்த்துக் கெஞ்சினாள்

"ஐயா சாமி அடிக்காதீங்கய்யா ரெண்டொரு நாள்ல நாங்க ஊர விட்டே போயிறம்யா" அழுது அரற்றினாள் காத்தாயி

"ரெண்டு நாள் சமயம். அதுக்குள்ள போகலேன்னா இந்த குடிசயக் கொளுத்திருவோம்"

மிரட்டி விட்டு அங்கிருந்த கோழிக்கூடையை ஒருவன் எட்டி உதைத்து விட்டுச் செல்ல

அதிலிருந்து பயந்து பறந்த கோழிகளைப் பார்த்து ஆதிமாரிக்கு கண்ணீர் தாரை தாரையாக வழிந்தது

* * *

பவானிப்பிள்ளையின் வீடு

காலை எழுந்து கதவு திறந்தவருக்கு அதிர்ச்சி. வாசலில் உடல் தளர்ந்த நிலையில் வேம்படிமாடன் நின்றிருந்தான்

"என்ன வேம்பா இங்க வந்திருக்க" பவானிப்பிள்ளை

"ஐயா நான் ஊர விட்டு போயிடுறேன் ஐயா அதுக்கு முன்ன ஒரே ஒரு விண்ணப்பம்"

என்ன என்பது போல பார்த்தார் பவானிப்பிள்ளை

"நாள கழிச்சு ஆடிப் பவுர்ணமி. கருப்பசாமி பூசய இந்த வருசமும் முடிச்சுட்டு போயிடுறேன்யா. அதுக்கு சாமி தான் அனுமதி வாங்கித் தரனும்" வேம்படி மாடன் அழும் நிலையில் இருந்தான்.

ஒரு நொடி யோசித்தவர் "சரி நான் பேசறேன். நீ சாயந்தரம் வந்து என்னய பாரு" என்றார்

கண்கலங்கி வணங்கி விட்டு அங்கிருந்து நடந்தான் வேம்படி மாடன்

* * *

புலிவலம் காவல் நிலையம்

இன்ஸ்பெக்டர் முத்துராஜா தலைமையில் கூட்டம் நடந்தது

எஸ்.ஐக்கள் போலீஸ்கள் அனைவரும் இருந்தார்கள்

"ரெண்டு நாளைக்கு முன்னாடி புலிவலத்துல நடந்த கொலையால கிராமங்களுக்கு இடைல பெரிய சாதிப்பிரச்சன ஏற்பட வாய்ப்பிருக்குங்கய்யா" தொப்பியை தலையில் மாட்டிக்கொண்டு ஏட்டு துரைப்பாண்டி எழுந்து சொன்னான்.

"யோவ் செத்தது எஸ்.சி பள்ளர் சமுதாய பையன். கொன்னது யாரு.? அக்யூஸ்ட் பத்தி ஏதாச்சும் தகவல் இருக்கா.?" தன் முன்னே உட்கார்ந்திருந்த எஸ்.ஐகள் அருள்குமரன் மற்றும் ஜான்பீட்டர் இருவரையும் பார்த்துக் கேட்டார் இன்ஸ்பெக்டர் முத்துராஜா

அருள்குமரன் எழுந்து "சார் சரியான தகவல் இல்ல ஆனா கொன்னது மாற்று சமுதாயத்துக்காரங்கனு செத்துப்போன பையனோட ஊருல பேசிக்கறதா தகவல் இருக்கு சார்" என்றான்

"அப்படின்னா எந்த குரூப் இத செஞ்சுருப்பாங்க. விசாரிச்சீங்களா" இன்ஸ்பெக்டர்

"விசாரிச்சோம் சார். மூணு வருசத்துக்கு முன்ன மாற்று சமுதாயத்துல நல்லிவரதனைக் கொன்னதுக்கு பழிக்கு பழியா நடந்ததா ஒரு தகவல் இருக்கு சார். அதே சமயம் கபடி போட்டி நடத்தறது சம்பந்தமா எஸ்.சி சமூகத்துக்குள்ளயே ரெண்டு பிரிவா பிரிஞ்சு இருந்துருக்காங்க சார்.

அதனால நடந்திருக்கலாம்னும் ஒரு தகவல் இருக்கு சார்" ஜான் பீட்டர்

"ரெண்டு தகவலையும் விசாரிங்க. நமக்கு கேசை முடிக்கனும். என்ற இன்ஸ்பெக்டர்

"என்ன துரைப்பாண்டி ஏதோ சொல்ல வர மாதிரி தெரியிது. என்னனு சொல்லுங்க" துரைப்பாண்டியை பார்த்து கேட்க

"சார் அஞ்சு வருசத்துக்கு முன்ன மதுர ஜெய்ஹிந்த்புரத்துல லாரிசெட் ஓனர கொலை செஞ்ச டீம்ல ஒரு அக்யூஸ்டு மாசானமுத்து நம்ம கொணலைக்காரன்யா. அவன சமீபமா ஊருக்குள்ள பாத்ததா ஒரு இன்ஃபார்மர் சொல்றான்யா. அவன் வரதே இல்ல பாத்து வருசம் ஆச்சுனு அவன் வீட்டுல சொல்றாங்க. அவனோட கூட்டாளிக புலிவலம் சந்திரன், வேரடி சிவா, புலிவலம் பாஸ்கர் எல்லாம் ரொம்ப நாளாவே தலைமறைவுல இருக்காங்க சார்" துரைப்பாண்டி

"அவனுக்கும் இப்ப செத்துப்போனவனுக்கும் ஏதாச்சும் முன் பகை இருக்கானு விசாரிங்க" என்ற இன்ஸ்பெக்டர் முத்துராஜா தொடர்ந்தார்

"இங்க பாருங்க எஸ்.ஜ'ஸ் ஏற்கனவே தமிழ்நாட்டுல சாதிக்கலவரம் ஆயிட்டு இருக்கு. இங்கயும் கலவரம் ஏதாச்சும் ஆகறதுக்குள்ள கேச முடிங்க." இன்ஸ்பெக்டர்

"இவரு எப்போ பாத்தாலும் சாதிக்கலவர பயத்துலயே இருக்காரே" நின்றிருந்த ஒரு போலீஸ் பக்கத்தில் இருந்த மற்றொரு போலீசின் காதில் கிசுகிசுக்க

"அப்பறம் இருக்காதா.. பைசா கொடுத்து போஸ்டிங் வாங்கிருக்காரு. சாதிக்கலவரம் ஏதாச்சு ஆயிருச்சுன்னா மாத்தி விட்டுருவாங்க. அப்பறம் போட்ட காசு எடுக்க முடியாதே" மற்றொரு போலீஸ் கிசுகிசுப்பாகவே பதில் அளிக்க

காவல் நிலைய டெலிபோன் ஒலித்தது.

இன்ஸ்பெக்டர் எடுத்து காதில் வைத்தார்

அவரின் முகம் மாறியது

3

உருட்டி உருட்டி பயங்காட்டும் பெரிய கண்கள், தோளில் புரண்டு ஆடும் நீண்ட தலைமுடி, உதடுகளில் இருந்து பெரிதாக வளைந்து நிற்கும் அடர்த்தியான மீசை, காலில் சலங்கை இடுப்பில் சொருகியிருக்கும் சூரிக்கத்தி, பஞ்சகட்சம் போல முட்டி வரை ஏற்றிக் கட்டிய வேட்டி, வலது கையில் கோவில் சன்னதியில் இருந்து பூசித்து எடுக்கப்பட்ட வீச்சரிவாள் கழுத்திலும் மார்பின் இருபுறமும் குறுக்காக அணிந்திருந்த பூமாலைகள், நெற்றி நிறைய பூசப்பட்ட சந்தனப் பட்டை அதன் நடுவில் வட்டமாக வைக்கப்பட்டிருந்த குங்கும பொட்டு, முகத்தில் தெரியும் ஆக்ரோசம் என வேம்படிமாடன் அன்று மட்டும் பார்ப்பதற்கு கருப்பசாமி போலவே தெரிந்தார்.

கூட்டத்தில் ராமு வகையறாவுடன் நின்றிருந்த பவானிப்பிள்ளையை ஒரு பார்வை பார்த்தார் வேம்படிமாடன். அந்த பார்வையில் ஒரு திருப்தியும் இதுவே கடைசியோ என்ற கவலையும் தெரிந்தது

எப்போதும் தாத்தாவைக் கட்டிக் கொண்டு திரியும் ஆதிமாரிக்கே தாத்தாவை பார்த்து பயம் வந்து விட்டது. காத்தாயியின் சேலை தலைப்புக்குள் நின்று கொண்டு தாத்தாவை புதிதாக பார்த்துக் கொண்டிருந்தாள்.

பம்பை உடுக்கையின் டண் டண் டக்கு டண் டண் டக்கு என்ற ஓசையும் கூடவே உருமியின் வ்ருங் வ்ருங் வ்ருங் என்ற இழுப்பு ஓசையும் அதற்கு ஏற்றார் போல

"காடு செழிக்க வையி கருப்பசாமி

எங்க நாடு செழிக்க வையி கருப்பசாமி

நல்ல வாக்கு வந்து சொல்லு கருப்பசாமி

ஊர நல்ல படி காத்து நில்லு கருப்பசாமி"

பஜனைக் கோஸ்டியில் ஒருவர் பாட

திம் திம் திம் என்று கால்களை முன்னும் பின்னும் வைத்து வீச்சரிவாளை ஆட்டி ஆட்டி இசைக்கு தக்கவாறு ஆடும் வேம்படிமாடனைப் பார்த்து ஊர்ப்பெண்கள் "உலுலுலுலுலுலுலு" என்று குலவை போட பார்ப்பவர்களுக்கெல்லாம் உடல் சிலிர்த்துக் கொண்டது.

"உய்ய்ய்ய உய்ய்ய்ய உய்ய்ய்ய" என்று சப்தமிட்டுக் கொண்டே மேலும் கீழும் துள்ளியபடி விபூதியை கையில் எடுத்து பக்தர்கள் ஒவ்வொருவருக்காய் நெற்றியில் பூசிவிட்டான் வேம்படி மாடன்.

"கருப்பன் ஒடம்புக்குள்ள இறங்கிட்டான்" கூட்டத்தினர் பேசிக்கொண்டனர்

அனைவரும் பயபக்தியாய் விபூதியை வாங்க சிலருக்கு மட்டும் குறி சொன்னார்.

குறி கேட்க அங்கு நின்றிருந்த கர்ப்பிணி பெண்ணிடம் "கருப்பன் சொல்றேன் உனக்கு மவன் தான் பொறப்பான். பொறந்ததும் மறக்காம கோவிலுக்கு வந்து வெளக்கு போடு" என்றபடி விபூதியை அள்ளி அவள் கையில் கொடுக்க

அந்த பெண்ணுக்கும் அவளது குடும்பத்துக்கும் பெரும் மகிழ்ச்சியானது.

இன்னொருவர் "சாமி பையனுக்கு நல்ல வேலை கெடைக்கனும்" என்றார்.

அந்த பையனைப் பார்த்து "அடுத்த ஆடிக்குள்ள உத்யோகம் அமையும். அமஞ்சதும் கருப்பனுக்கு கிடா நேந்து விடு" என்று விபூதியை நெற்றியில் பூசிவிட்டார்.

"ஊரு செழிக்கும் வீடு செழிக்கும் ஆடு மாடெல்லாம் நல்லபடியா இருக்கும்" என்று வாக்கு சொல்லிவிட்டு துள்ளிக்கொண்டே ஊரைச் சுற்றக் கிளம்பினான் வேம்படிமாடன்

அப்போது சங்கிலி கருப்பசாமி கோவில் நிர்வாகிகள் தங்களுடன் இன்ஸ்பெக்டர் முத்துராஜாவை கழுத்தில் மாலை அணிவித்து அழைத்து வந்தார்கள்.

"சாமி நம்மூரு இன்ஸ்பெக்டரு. ஆசிரர்வாதம் பண்ணி விபூதி பூசி விடுங்க" என்றார் ஒரு நிர்வாகி

தனக்கு முன் தீப்பந்தத்துடன் நின்றிருந்த கணியான் சொக்கனிடம் இருந்து திருநீற்றை

எடுத்து இன்ஸ்பெக்டரை ஒரு பார்வை பார்த்தான் வேம்படிமாடன்.

இன்ஸ்பெக்டர் குனிந்து நெற்றியை காட்ட

விபூதியை நெற்றியில் பூசாமல் தலையில் போட்டு கொஞ்சம் கையில் கொடுக்க நிர்வாகிகளின் முகம் என்னவோ போல ஆனது.

இன்ஸ்பெக்டர் அதை பொருட்படுத்தாமல் அங்கிருந்து நகர

தனக்கு முன்பு நின்றிருந்த கணியான் சொக்கனிடம் இருந்து தீப்பந்தத்தை வாங்கிக் கொண்டு துள்ளிக் குதித்து ஓடத் தொடங்கினான் வேம்படிமாடன்.

"ஆத்தா நானும் தாத்தா கூட ஓடட்டுமா" கேட்ட ஆதிமாரியிடம்

"நாமல்லாம் போக்கூடாதுத்தா. ஓடறது தாத்தா இல்ல கருப்பசாமி" என்றாள் காத்தாயி

* * *

காலை 07:00

புலிவலம் காவல் நிலையத்தில் எஸ்.ஐ அருள்குமரன் ரோல்கால் நடத்தி கொண்டிருந்தார்

டூட்டிக்கு வந்தவர்கள், விடுப்பில் உள்ளவர்கள், போலீஸ் ஸ்டேசனில் உள்ள துப்பாக்கிகளின் பட்டியல்களை சரிபார்த்துக் குறித்துக் கொண்டிருந்தார் எஸ்.ஐ அருள்குமரன்

இன்ஸ்பெக்டர் முத்துராஜா வந்ததும் அனைவரும் எழுந்து நிற்க எஸ்.ஐ அருள்குமரன்

ATTENTION ஆகி எல்லோரையும் நோக்கி "ROLL CALL ATTENTION" என்று சொன்னதும் அனைவரும் ஒரு சேர ATTENTION ஆனார்கள். உடனே எஸ்.ஜ தனக்கு முன்பிருந்த இன்ஸ்பெக்டருக்கு சல்யூட் அடிக்க, மரியாதையை பெற்றுக் கொண்ட இன்ஸ்பெக்டர் எல்லோரையும் STAND AT EASE ஆக சொன்னார்.

பின் தன் சேரில் அமர்ந்து எஸ்.ஜ யை மட்டும் சேரில் அமர சொன்னார். மற்ற அனைவரும் நின்று கொண்டிருக்க, அன்றைக்கு யார் யாருக்கு என்னென்ன பணி என்பதையும் முக்கிய நிகழ்வுகள் பற்றியும் இன்ஸ்பெக்டரிடம் விளக்கிச் சொன்னான் எஸ்.ஜ

அதையெல்லாம் கேட்டுக்கொண்டிருந்த இன்ஸ்பெக்டர் "எஸ்.ஜ ஜான் ஏதாச்சும் தகவல் சொன்னானா.?" என்று கேட்டார்

"இல்ல சார். புலிவலம் சேகர் கொலக்கேஸ் சம்பந்தமா நேத்து சோமரசம்பேட்ட வரைக்கும் போறேன்னு சொல்லிட்டுப் போனாரு சார்" எஸ்.ஜ அருள்குமரன்

"அந்தக் கேஸ் தான் இப்போ பெரிய தலைவலியா இருக்கு. அன்னைக்கு நம்ம மீட்டிங் அப்போ எஸ்பி ஐயா போன்ல பேசுனாருல்ல. என்னதான் பண்ணுறீங்க அங்க. அரசாங்க பணத்த சாப்ட்டு சாப்ட்டு தூங்கிட்டு இருந்தா கேசு எப்பிடி கண்டுபிடிப்பீங்கனு அசிங்கமா வஞ்சிட்டாருய்யா... அதான் கடுப்பா இருக்கு. ஏற்கனவே தென் மாவட்டம் பூராம் சாதிக்கலவரம் பயங்கரமாயிட்டு இருக்கு.

இதுல புலிவலம் சேகர் கொலையும் திருச்சி பக்கமும் சாதிக்கலவரத்த தூண்டிருமோனு தான் எஸ்.பி பதட்டப்படறாரு" இன்ஸ்பெக்டர் முத்துராஜா விரக்தியாய் பேசினார்

அனைவரும் பதில் பேசாமல் அமைதியாக நின்றிருந்தனர்.

"யாரு தாய்யா பண்ணிருப்பா.. இந்தக் கொலைக் கேஸ் சம்பந்தமா ரூட்டி பாக்கறவங்க ஒவ்வொருத்தரா அவங்க செஞ்ச வேலைய சொல்லுங்க" அனைவரையும் பார்த்து இன்ஸ்பெக்டர் கேட்க

"ஐயா இது கபடி போட்டி சம்பந்தமா இருந்த முன்விரோதம் தான் காரணம். செத்துப்போனது எஸ்.சி சமூகம் கொன்னதும் எஸ்.சி சமூகம்" ஏட்டு துரைப்பாண்டி சொல்ல

அதை இன்னும் சிலர் ஆமோதிக்க

"ஆதாரம், பாத்த சாட்சி ஏதாச்சும் இருக்கா.?" இன்ஸ்பெக்டர் கேட்க

"சார் கண்ணால பாத்த சாட்சி இருக்குனு சொல்றாங்க. கூடிய சீக்கிரம் அந்த சாட்சிய கண்டுபிடிச்சுருவோம்." துரைப்பாண்டி

அப்போது வரிசையில் இருந்து தமிழ்மணி என்ற காவலர் முன்னே வந்து சல்யூட் அடித்தார்

"சொல்லுய்யா" என்றார் இன்ஸ்பெக்டர்

"ஐயா அதுல ஒரு தகவல் இருக்கு ஐயா"

"என்ன தகவல்.?" இன்ஸ்பெக்டருடன் சேர்ந்து அனைவரும் ஆர்வமானார்கள்

"சார் புலிவலம் சேகர் கொலை நடந்த இடத்துல இருந்து ஒரு கிலோ மீட்டர் தள்ளி கால்வாய்கிட்ட கத்தி ஒண்ணு கெடச்சுதுல்ல ஐயா.." தமிழ்மணி

"ஆமா ஆனா அதுல எந்த தடயமும் இல்லயே" இன்ஸ்பெக்டர்

"ஐயா..ஆனா அந்த கத்தியோட கைப்பிடிய வெச்சு விசாரிச்சப்போ ஜெகன்மூர்த்தி இதே மாதிரி கத்தி வெச்சுருக்கறத பாத்த ஆளுக இருக்காங்கய்யா" தமிழ்மணி சொன்னதும் இன்ஸ்பெக்டர் நெற்றியை சுருக்கினார்

மற்ற அனைவரும் தமிழ்மணியையே பார்த்துக் கொண்டிருந்தார்கள். சிலர் அவனை நக்கலாகப் பார்த்தார்கள் துரைப்பாண்டி உட்பட.

"சரி அதுல என்ன.?" இன்ஸ்பெக்டர்

"ஐயா மூணு வருசத்துக்கு முன்னாடி செத்துப்போன நல்லிவரதேவரோட மருமவன் ஆளுங்கட்சி மாவட்ட செயலாளர் குகனோட தம்பி தான் இந்த ஜெகன்மூர்த்தி. நல்லிவரதரோட கொலைக்குப் பழிவாங்க தான் இத செஞ்சிருக்க வாய்ப்பிருக்கு ஐயா" தமிழ்மணி சொல்லி முடித்ததும் இன்ஸ்பெக்டரும் எஸ்.ஐயும் ஒருவர் முகத்தை ஒருவர் பார்த்துக் கொண்டனர்.

"ஆனா இத சரியா உறுதிப்படுத்தணும் தமிழ்மணி. இல்லாட்டி இது மறுபடியும் ஒரு மாற்று சமுதாயத்துக்கும் எஸ்.சி சமுதாயத்துக்கும் இடைல நடந்த சாதிக் கொலைனு மாறி கலவரம் ஆயிடக்கூடாது. அதனால இந்த விசயத்த கவனமா

கையாளனும்" இன்ஸ்பெக்டர் சொன்னதும் சிலர் ஆமோதிக்க சிலர் மவுனமாய் நிற்க

"இப்போ அந்த கத்தி எங்க இருக்கு" இன்ஸ்பெக்டர்

"சார் அதை கைப்பற்றி கோர்ட்டுக்கு அனுப்பியாச்சு சார்" எஸ்.ஜ அருள்குமரன்

"சரி நான் பாத்துக்கறேன்" என்று சொல்லிவிட்டு எஸ்.ஜ அருள்குமரனிடம் "எல்லோரையும் அவங்கவங்க டூட்டி பாக்க சொல்லு" என்று கிளம்பிப் போனார்

* * *

மாலை 06:00 மணி

டி.எஸ்.பியின் கேம்ப் ஆஃபீஸ்

டி.எஸ்.பி கண்ணபிரான் தன் யூனிஃபார்ம் பட்டன் தெறித்துப் போகும் அளவு தள்ளிக்கொண்டு நிற்கும் தொப்பையுடன் சேரில் அமர்ந்திருக்க

அருகே இன்ஸ்பெக்டர் முத்துராஜாவும் எஸ்.ஜ ஜான்பீட்டரும் நின்றிருந்தார்கள்.

"அப்போ அந்த கத்தி தான் இந்த கேசோட முக்கிய தடயமா" டி.எஸ்.பி கேட்க

"ஐயா ஆமாங்கய்யா. கத்தியோட கைப்பிடி பார்த்தா அது குணசேகர் தம்பி ஜெகன்மூர்த்தியோடதுனு சொல்றாங்க." இன்ஸ்பெக்டர் முத்துராஜா பய்யமாய் அடிக்குரலில் பேச

"யோவ் அந்த மாதிரி கைப்பிடி ஒண்ணே ஒண்ணு தான் இருக்குமா? அதை வெச்சு எப்படி

இவன் தான் கொன்னான்னு முடிவுக்கு வரமுடியும்.? கைரேகை வேற அதுல எதுமே கிடைக்கல" டி.எஸ்.பி கேட்க

"கத்திய வெச்சு உறுதியா சொல்லமுடியாது. ஆனா நல்லிவரதரோட கொலைக்குப் பழிவாங்க நடந்திருக்குமோனு ஒரு கோணத்துல விசாரிக்கலாமானு உங்ககிட்ட கேட்டுட்டு போலாம்னு தான்" இன்ஸ்பெக்டர் இழுக்க

"இங்க பாருங்கய்யா இதுல அவசரப்பட்டா தேவையில்லாம இன்னொரு சாதிக்கலவரம் மட்டுமில்ல. அரசியல் பிரச்சனையாவும் மாறிரும். தென்மாவட்டக் கதை தெரியும்ல.?" டி.எஸ்.பி தன் தாடையைத் தேய்த்த படியே கேட்டார்.

"நாங்களும் அதைத் தான் யோசிக்கறோம்" இன்ஸ்பெக்டர் மெல்ல தன் எண்ணத்தையும் சொல்லி வைத்தார்

"யோவ் இதுல அந்த கபடிப் பிரச்சன ஒண்ணு சொன்னல்ல. அந்த பிரச்சனைல எஸ்.சில இரு பிரிவுக்குள்ள ஒரு முன்விரோதம் இருக்குனு சொன்னிங்கல்ல அது சம்மந்தமா விசாரிச்சீங்களா." டி.எஸ்.பி சொன்னதும்

"சார்ர்ர்.". இழுத்தார் இன்ஸ்பெக்டர்

"என்னய்யா.." டி.எஸ்.பி

"ஸ்டேசன்ல இருக்கற எஸ்.சி சமுதாய போலீஸ்க இந்த கொலை நடக்கக் காரணம் நல்லிவரத தேவரோடகொலைக்கானபழிவாங்கல்னுபேசிகிட்டு இருக்காங்க. அத வெச்சு தான் நெறய போராட்டம்

பெட்டிசன்னு புலிவலம் சேகர் கிராமத்துக்காரய்ங்க போயிட்டு இருக்காங்க" இன்ஸ்பெக்டர்

"அதனால.?" டி.எஸ்.பி

"அதனால இது எஸ்.சி குரூப்புக்குள்ளயே நடந்த பிரச்சனைனு கொண்டு போனா அவனுக எதயாச்சும் கௌப்பிவிடுவாய்ங்க சார்" இன்ஸ்பெக்டர்

"யோவ்.. யாருயா அது" டி.எஸ்.பி

இன்ஸ்பெக்டர் அருகில் நின்ற எஸ்.ஐ ஜானை பார்க்க

"ஐயா எஸ்.ஐ அருள்குமரன், கான்ஸ்டபிள் தமிழ்மணி, ஏட்டு சண்முகம்" எஸ்.ஐ ஜான் சொல்ல

"மூணு பேருமே எஸ்.சியா"

"இல்லய்யா ரெண்டு பேரு எஸ்.சி, சண்முகம் மட்டும் நாடார்".

"அவ்ளோ தான..? மூணு பேரையும் மாத்திட்டா போச்சு. கௌம்புங்க நீங்க உங்க வேலைய பாருங்க" டி.எஸ்.பி சொன்னதும் இருவரும் சல்யூட் அடித்து கிளம்பினார்கள்

டி.எஸ்.பி டெலிபோன் ரிசீவர் எடுத்து எஸ்.பிக்கும் அமைச்சருக்கும் டயல் செய்ய தொடங்கினார்

4

"**தா**த்தா அன்னைக்கு கோவில்ல எல்லோரும் உன்னய கையடுத்துக் கும்புட்டாங்க அப்பறம் ஏன் ஊர விட்டு போ சொல்றாங்க" சாக்குப்பையில் துணிமணிகளையும் மற்றொரு பெரிய சாக்குப்பையில் கொஞ்சமாய் இருந்த பண்ட பாத்திரங்களையும் நிரப்பிக்கொண்டிருந்த வேம்படிமாடனைப் பார்த்துக் கேட்டாள் ஆதிமாரி.

கோரைப்பாய், மருந்து, ஆதிமாரியின் பள்ளிக்கூட புத்தகப்பை என்று எடுத்துக் கொண்டிருந்த காத்தாயி இதைக் கேட்டதும்

"மாரி.. அன்னைக்கு திருவிழா ஒரு நாள் மட்டும் தாத்தா தான் இந்த ஊருக்கே சாமி" என்றாள்

"அப்போ இப்போ.?" ஆதிமாரி

"இப்போ நாமெல்லாம் யாருமே கேக்க நாதியத்த கீழ்சாதி" கண்ணீர் பெருக அதற்கு மேல் பேசமுடியாமல் கண்ணைத் துடைத்து விட்டு

மூக்கை உறிஞ்சபடியே தன் வேலையைச் செய்தாள் காத்தாயி

காத்தாயியை உற்று நோக்கிய வேம்படிமாடன்

"வேம்பண்ணே" என்ற குரல் கேட்டு வாசலைப் பார்த்தான்

கணியான் சொக்கன் நின்றிருந்தான்

"என்ன சொக்கா இந்த பக்கம். இந்தா வரேன்" என்று எழுந்து வெளிய போனான் வேம்படிமாடன்

"அண்ணே நீங்க ஊர விட்டுப் போறது நம்ம சமூகம் முழுக்க வேதன தான். ஆனா நம்ம தெருவுலயே உமக்கு ஆதரவா இருக்கவேண்டானு முடிவு பண்ணிருக்காங்க" சொக்கன் சொன்னதைக் கேட்டு காத்தாயி வாசலுக்கு வந்து விட்டாள்

"ஏன் சொக்கா அப்படி இந்த மாடன் என்ன தப்பு பண்ணிட்டானாம்" வேம்படிமாடன் கேட்க

"போன வருசம் நம்ம சாதிக்கார பயலுவள வேற சாதி ஆளுக கொட்டாயில வெச்சி அடிச்சதுக்கு பதிலடியா நம்மூரு பசங்க வேற சாதி பசங்கள மார்க்கெட்டுல வெச்சி அடிச்சதுல கேஸ் ஆச்சுல்ல. அதுல நீ தான் நம்ம சாதிக்காரபயலுவ இருக்கற இடத்த போலிசுக்குக் காட்டிக்குடுத்தனு நம்மூரு இளந்தாரிப்பயலுவ எல்லாம் உம் மேல கோவமா இருக்காங்க. அவங்கள மீறி நம்ம சாதிக்கார பெருசுகளும் உனக்கு துணைக்கு நிக்க விரும்பல" சொக்கன் சொன்னதும்

"சொக்கா அதுல ரெண்டு தரப்பு மேலயும் தப்பிருந்துச்சு. கேசு போட்டாங்க. அவனுகள

பாத்தயானு போலீஸ் என் கிட்ட கேட்டுச்சு. நான் ஆமானு பாத்த இடத்த சொன்னேன். இதுல என்ன தப்பிருக்கு. கண்டிக்க வேண்டிய வயசுல கண்டிக்கலேன்னா அந்த பசங்களும் எம்மவன் மாசானமுத்து மாதிரி ஆயிடுவாங்கனு மட்டும் தான் நான் நெனச்சேன். மத்தபடி அவனுவள காட்டிக் கொடுத்து நான் என்ன காசா வாங்குனேன்.?" வேம்படி மாடன் வேதனைப்பட்டான்

"அதெல்லாம் சரி தான் அண்ணே. பெருசுக உன் கிட்ட வெவரம் சொல்லி வர சொல்லுச்சு அதான் ஒரு எட்டு உன்னப் பாத்து சொல்லிட்டுப் போலாம்னு வந்தேன்" சொக்கன் சொல்லிவிட்டுப் புறப்படத் தயாரானான்

அப்போது தூரத்தில் நான்கைந்து பேர் வேகவேகமாக வருவதைப் பார்த்து காத்தாயிக்கு அடிவயிறு கலக்கியது. ஆதிமாரியின் கண்களில் அன்று தாத்தா அடிவாங்கியது நினைவுக்கு வர அது அவளுக்கு மேலும் பயத்தைக் கூட்டியது.

அருகில் வந்த கூட்டத்தை பார்த்து பட்டியைத் தாண்டி தெரு வாசலுக்கே வந்து விட்டான் வேம்படிமாடன். அந்த கூட்டத்தில் பவானிப்பிள்ளையும் ராமுவின் மகன் மனோவும் இருப்பதைப்பார்த்து

"ஐயா சாமி. கௌம்பிட்டேன்யா எதுவும் பண்ணிராதீங்கய்யா" என்று கும்பிட்டான் வேம்படிமாடன்

"அடே வேம்பா பயப்படாதெடா.. இப்ப நாங்க வந்தது உன்ன ஊர விட்டு போக சொல்ல இல்ல. இந்த

ஊருலயே நீ இருக்கனும்னு தான்" பவானிப்பிள்ளை சொன்னதும்

நடப்பதை நம்பமுடியாமல் வந்தவர்களையும், உள்ளே இருந்த காத்தாயி, ஆதிமாரியையும், அருகில் நின்றிருந்த சொக்கனையும் மாறி மாறிப் பார்த்தான் வேம்படி மாடன்

"நெசமாத்தான் சொல்றோம்... நீ இங்கயே இருந்துக்கோ. உம்மவன் தப்பு பண்ணிருந்தா போலீஸ் அவன தேடிப்புடிச்சுகுவாங்க. அதுக்கு நீ ஊரக்காலி பண்ணவேண்டா அன்னைக்கு ஏதோ கொஞ்சம் எசகு பெசகா ஆயிப்போச்சு உங்க சமுதாயக்காரங்க வந்து பேசுனாங்க அதனால எதயும் மனசுல வெச்சுக்காத" ராமுவின் மகன் மனோ சொன்னதும் அவனைப் பார்த்து நன்றியோடு கையெடுத்துக் கும்பிட்டான் வேம்படி மாடன்

உள்ளே இருந்து காத்தாயியும் அவர்களைப் பார்த்துக் கும்பிட்டாள்.

ஆதிமாரிக்கு மகிழ்ச்சி இருப்பு கொள்ளவில்லை. எங்கேயோ போகிறோமே என்ற அவளின் அந்த மனவேதனை இப்போது இல்லாமல் போயிருந்தது

"என்ன சொக்கா சந்தோசம் தான.? போயி ஊருக்குள்ள சொல்லிடு" பவானிப்பிள்ளை சிரித்தபடி சொன்னதும் அவரைக் கும்பிட்டபடி ஊருக்குள் வேகமாக ஓடினான் சொக்கன்

"சரி வேம்பா நீ உன் வேலயபாரு" என்றபடி வந்தவர்கள் புறப்பட

வேம்படி மாடன் விறு விறுவென்று ஓடிச்சென்று உள்ளே கருப்பசாமி படத்தின் முன் விழுந்து

கும்பிட்டான். பின் தன் சட்டைப்பைக்குள் துழாவினான். பீடி மட்டுமே இருந்தது. அங்கே இருந்த டப்பாக்களை தேடினான்.

"என்னய்யா தேடற இந்தா" என்று காத்தாயி நீட்டிய ஒரு ரூபாயை பார்த்ததும் அவளையே உற்றுப் பார்த்தான்.

"புடிய்யா.. உன்னயப்பத்தி தெரியாதா" என்றவளிடம் இருந்து அந்த ஒரு ரூபாயை வாங்கிக் கண்களில் ஒற்றிக் கருப்பனுக்கு நேர்ந்து வைத்தான்.

"இன்னைக்கு சாயந்தரமே உனக்கு வந்து வெளக்குப்போடறேன் கருப்பா" என்று சத்தமாக வேண்டினான் வேம்படி மாடன்

"தாத்தா என்னயும் கூட்டிட்டு போறியா" கேட்ட ஆதிமாரியை பார்த்து

"கூட்டிட்டுப்போறன்த்தா.. உன் கையாலயே வெளக்கு போடு" அவளை அணைத்தபடி வேம்படி மாடன் சொன்னதும் ஆதிமாரி திக்குமுக்காடிப்போனாள்.

ஆதிமாரிக்கு கருப்பசாமி கோவிலில் மாலை நேரத்தில் விளக்குப் போடுவது என்பது மிகவும் பிடித்தமான ஒன்று. அதற்காக மாலை மூன்று மணிக்கே தயாராகி விடுவாள். பாவாடை சட்டையைப் போட்டுக்கொண்டு என்னை வழியும் தலைமுடியை நேர் வகிடு எடுத்து சீவி காத்தாயி சடை பின்னி விடுவாள். நடு நெற்றியில் பொட்டு வைத்து கண்ணாடியில் தன் முகத்தை திருப்பி திருப்பிப் பார்ப்பாள். பின் தாத்தாவின் கை பிடித்து தெருவை வேடிக்கைப் பார்த்தபடி போவதில்

அவளுக்கு அலாதி பிரியம். கண்டிப்பாக கோவிலுக்கு போயிவிட்டு திரும்பும்போது கோவிலுக்கு எதிரில் உள்ள செல்லம்மாளின் தள்ளுவண்டியில் ஒப்பிட்டு அல்லது முறுக்கு நிச்சயம் கிடைக்கும். வேம்படிமாடனிடம் வழியில் பேசுபவர்கள் எல்லாம் "உனக்கென்னப்பா கருப்பசாமி பொண்ணு ரூபத்துல கூடயே இருக்கா கடைசி காலத்துல பேத்தி கஞ்சி ஊத்துவா" என்று சொல்லும்போது அந்த 8 வயதிலேயே பொறுப்பு வந்தது போல ஆதிமாரியின் முகத்தில் ஒரு முதிர்வு வந்து போகும். பெண்பிள்ளைகள் யாரும் பேசாவிட்டாலும் கூட பள்ளியில் படிக்கும் ஆண் பிள்ளைகள் யாராவது கோவிலுக்கு வந்தால் ஆதிமாரியோடு பேசி விளையாடுவார்கள். அதுவே அவளுக்கு பெரிய ஆனந்தத்தை உண்டு பண்ணும்.

இப்போதே ஆதிமாரியின் மனம் கருப்பசாமி கோவிலுக்குப் போவதற்காக தயாரானது

"கருப்பசாமியோட சக்திய பாத்தயா காத்தாயி.. ஊரயே கட்டிக்காக்கற அந்த கொலசாமிக்கு இந்த வேம்படிமாடனையும் நெனக்கறதுக்கு சமயம் கெடச்சதே எனக்கு பாக்கியம்தான். காசு பணம் சாதிலாம் கருப்பசாமி கண்ணசைவுக்கு முன்னாடி தூள் தூளாயிரும்னு புரிஞ்சுகிட்டயா" வேம்படிமாடன் பெருமிதமாய் பேசினான்

"ஆமா உன் கருப்பசாமிக்கு என் புள்ளய மட்டும் என் கிட்ட சேக்க சக்தி இல்ல போல" காத்தாயிக்கு கருப்பசாமி மீது அபார நம்பிக்கை இருந்தாலும்

கருப்பசாமியை வைத்து வேம்படிமாடனை வம்புக்கிழுப்பது அவளுக்கு வழக்கமான ஒன்று

"காத்தாயி எல்லாத்துக்கும் ஒரு காரண காரியம் இருக்கும். அதெல்லாம் கருப்பன் பாத்துக்குவான். ஒரு நா பொழுது விடியும்போ மாசானமுத்து வந்து வாசல்ல நிக்க போறான் அப்போ நீ என்ன செய்யுவ கருப்பனுக்கு" வேம்படி மாடன் நம்பிக்கையாய் கேட்க

"அப்படியொண்ணு நடந்தா இந்த உசுரையே கருப்பனுக்கு கொடுத்திருவன்யா. அதுக்கப்பறம் என் பேத்திய பாத்துக்க அவ அப்பன் இருக்கான்னு தைரியமா இந்த கட்ட வேகும்யா" காத்தாயி சொன்னதும் வேம்படிமாடன் ஆதிமாரியைப் பார்த்தாள்

"ஏன் தாத்தா உனக்கு சாமி வந்து ஆடும்போது நெசமாவே சவுக்கால அடிச்சுக்கறயே வலிக்காதா" என்று கேட்டாள் ஆதிமாரி.

வேம்படிமாடன் சிரிக்க

"மாரி.. கருப்பன் வந்து ஆடும்போது வலிகிலியெல்லாம் தாத்தனுக்கு ஒண்ணும் தெரியாது. நூறு யானா பலம் வந்துரும் தாத்தனுக்கு" காத்தாயி சொன்னாள்

"தாத்தா ஏன் உன் மேல மட்டும் கருப்பன் வருது வேற யாரு மேலயும் ஏன் வரதில்ல" மீண்டும் கேட்டாள்

இப்போது வேம்படிமாடன் பதில் சொன்னான்

"நீ பேசறது பத்து பேருக்கு கேக்கனும்னா என்ன பண்ணுவ"

"சத்தாம பேசுவேன்" ஆதிமாரி

"நூறு பேருக்கு கேக்கனும்னா.?"

இன்னும் சத்தமா பேசுவேன்

"ஊருக்கே கேக்கனும்னா"

ம்ம்ம்.. என்று ஒரு நொடி யோசித்தாள் ஆதிமாரி

"மைக்செட்டு வெச்சு பேசறத கேட்டுருக்கியா" வேம்படிமாடன்

"ஆங்.. ஆமா தாத்தா.. திருவிழால மைக்கெல்லாம் வெச்சு சத்தமா பேசற மாதிரி பேசுவேன்" ஆதிமாரி

"அதே மாதிரி தாம்மா ஊருக்கே சொல்ல நெனக்கற விசயத்த சொல்றதுக்கு மைக்செட்டு மாதிரி ஒரு ஓடம்பு கருப்பனுக்கு வேணும்.. அதுக்கு தாத்தா ஓடம்பப் பயன்படுத்திக்கிறான் கருப்பன்"

"தாத்தா ஏதும் தப்புத் தண்டா பண்ணிட்டன்னா அதுக்கப்பறம் கருப்பன் வேற ஓடம்புக்கு போயிரும் மாரி. நம்ம பரம்பர தாம்மா எப்போமே கருப்பன் வந்து எறங்குவான். நாம தாம்மா எப்போமே இந்த ஊருக்கு கோமரத்தாடி" வேம்படிமாடன் முடித்ததும்

"தாத்தா இப்போ அப்பாவும் இல்ல. அப்போ உனக்கப்பறம் யாரு தாத்தா கோமரத்தாடி.?" ஆதிமாரி கேட்க

கனத்த மவுனம் நிலவியது அங்கே. என்ன சொல்வதென்று தெரியாமல் தத்தளித்தான் வேம்படிமாடன்.

காத்தாயிக்கும் என்ன சொல்வதென்றே தெரியவில்லை

"தாத்தா உனக்கப்பறம் நான் கோமரத்தாடி ஆயிரட்டுமா.?" சடாரென்று கேட்டுவிட்ட ஆதிமாரியையே உற்று நோக்கிக் கொண்டிருந்தான் வேம்படி மாடன்

இது இவளுக்கே தோன்றிக் கேட்கிறாளா இல்லை அந்த கருப்பன் தான் கேட்கவைக்கிறானா.?

எதுவும் புரியாமல் கருப்பனின் படத்தையே பார்த்துக் கொண்டிருந்தான் வேம்படிமாடன்.

5

புலிவலம் காவல் நிலையமே பரபரத்துக் கிடந்தது வாக்கிடாக்கிகளின் அலறல் சத்தமும் காக்கிகளின் அங்குமிங்குமான ஓட்டமும் புகார் கொடுக்க வந்திருந்த பொதுமக்களையும் அது பதட்டத்துக்குள்ளாக்கியது

"சார் என்னாச்சு சார் ஏதாச்சும் பெரிய ஆக்சிடன்ட் கேசா.?" எஸ்.ஐ அருள்குமரனிடம் காவல் நிலையத்தில் நின்றிருந்த ஒரு வக்கீல் குமாஸ்தா கேட்க

அவனை ஒரு முறை பார்த்தபடி "உனக்கு உன் கவலை" என்றபடி அங்கிருந்து நகர்ந்தான் எஸ்.ஐ அருள்குமரன்

"யோவ் குமாஸ்தா இங்க வாய்யா அந்தாளுகிட்ட ஏய்யா போய் வாயக்குடுக்கற. அந்தாள ட்ரான்ஸ்பர் பண்ணிட்டாங்க" ஒரு கான்ஸ்டபிள் அவனைப் பிடித்து காவல் நிலையத்தின் ஓரத்திற்கு இழுத்துச் சென்றான்.

"புலிவலத்துல நடந்த கொலக்கேச கண்டுபுடிக்கலனு டிரான்ஸ்பரா..? அப்ப உங்க இன்ஸ்பெக்டரய்யாவ மாத்தலயா.?" குமாஸ்தா பேச்சில் கலந்திருந்த நக்கலைப் பொருட்படுத்தாமல்

"யோவ் மொதல்ல நீ எடத்த காலிபண்ணு ரெண்டு நாளைக்கு இந்த பக்கம் வந்தராத. ஸ்டேசன்ல எட்டு பேரை ட்ரான்ஸ்பர் பண்ணிட்டாங்க.." என்றான் அந்த கான்ஸ்டபிள்

"எட்டு பேரயா" என்று நிலைமையின் தீவிரத்தை லேசாக உள்வாங்கியபடி நிலையத்தை விட்டு வெளியேறினான் அந்த வக்கீல் குமாஸ்தா

நிலையத்தில் ஆங்காங்கே நின்றிருந்த காவலர்களை எல்லாம் பார்த்து "இன்ஸ்பெக்டர் கூப்படறாரு எல்லோரும் ரோல்கால் வாங்க" ரைட்டர் ராமசுப்பு கூப்பிட

அடுத்த இரண்டு நிமிடங்களில் இன்ஸ்பெக்டர் அறையில் அனைவரும் அணிவகுத்து நின்றிருந்தனர்.

"பார்ட்டி அட்டென்சன்" என்று எஸ்.ஐ ஜான் சொல்ல

"அதெல்லாம் ஒரு எளவும் வேண்டாம்." என்றபடியே பேசத் தொடங்கினார் இன்ஸ்பெக்டர் முத்துராஜா.

"என்னய்யா நடக்குது இந்த ஸ்டேசன் லிமிட்ல.?" கோபமாய் கத்திய இன்ஸ்பெக்டர் தொடர்ந்து சீறினார்

"எஸ்.ஐக ஒழுங்கா வேல பாத்தா போலீஸ் ஒழுங்கா வேல பாப்பான். போலீஸ் ஒழுங்கானாதான் சட்டம் ஒழுங்கு கட்டுப்பாட்டுல இருக்கும். போலீஸ் மேல ரவுடிப்பயலுகளுக்கு பயம் இருக்கனும். புலிவலத்துல கொலை நடந்து இன்னும் கண்டுபுடிக்கல. ஊரெல்லாம் சாதிக்கலவரம் நடந்துட்டு இருக்கு. பொறுப்பில்லாம இருக்கீங்கனு கூண்டோட டிரான்ஸ்பர் போட்டுட்டாரு எஸ்.பி

"யாரெல்லாம் டிரான்ஸ்பர்...? லிஸ்ட்ட படிங்க" இன்ஸ்பெக்டர் முத்துராஜா

ரைட்டர் ராமசுப்பு தன்னிடம் இருந்த லிஸ்டைப் படித்தார்

"எஸ்.ஐ அருள்குமரன், ஏட்டுகள் சண்முகம், சுந்தரலிங்கம், கான்ஸ்டபிள்கள் தமிழ்மணி, முத்துபாண்டி...." என்று படிக்க

"போதும் நிப்பாட்டு. அடுத்து லிஸ்ட் ஒண்ணு வருதாம் அதுல என்னையும் தான் மாத்தப் போறாங்களாம்.. ஒழுங்கா வேலைய பாத்தா ஆகும். அத விட்டுட்டு தேவையில்லாத வேலைய செஞ்சா இப்பிடித்தான் ஆகும். எல்லாரும் இப்பவே டிரான்ஸ்பர் ஆர்டர்ல கையெழுத்து போட்டுட்டு உடனே ரிலீவ் ஆகி கௌம்புங்க" என்று கத்தினார் இன்ஸ்பெக்டர் முத்துராஜா

"சார் இங்க என்ன நடக்குது யாரு என்ன பண்றாங்க அடுத்து என்ன பண்ணுவாங்க எல்லாமே தெரியும். எப்போமே நெலம ஒரே சீரா இருக்காது சார்." என்று சல்யூட் அடித்தபடி விறுவிறுவென ட்ரான்ஸ்பர் ஆர்டரை கையில் எடுத்துக்கொண்டு கிளம்பினான்

எஸ்.ஐ அருள்குமரன். அவனையே முறைத்துப் பார்த்துக் கொண்டிருந்தான் இன்ஸ்பெக்டர் முத்துராஜா.

மற்ற டிரான்ஸ்பர் ஆனவர்களும் ஒவ்வொருவராய் வெளியேற

இன்ஸ்பெக்டர் முத்துராஜா, எஸ்.ஐ ஜான் பீட்டர், ஏட்டுகள் துரைப்பாண்டி. ஹரிஹரசுதன், கான்ஸ்டபிள்கள் நல்லுச்சாமி, ஆகாசவாணி ஆகியோர் இன்ஸ்பெக்டர் அறையில் இருக்க

இன்ஸ்பெக்டர் ஆரம்பித்தார்

"யோவ் சீக்கிரமா புலிவலம் சேகர் கேசு முடிச்சாகனும்.பத்திரிக்கைலஎழுதஆரம்பிச்சுட்டான்."

"சார் கண்டிப்பா முடிச்சரலாம் சார்" ஏட்டு துரைப்பாண்டி

"யோவ் பாண்டி நமக்காக தான் டிஎஸ்பி நாம சொன்ன ஆளுகள எல்லாம் எஸ்பி கிட்ட சொல்லி உடனே இங்கிருந்து தூக்கியடிச்சுருக்காங்க. சந்தேகம் வராம இருக்கத்தான் இன்னும் அஞ்சு பேர கூட சேத்து ட்ரான்ஸ்பர் பண்ணிருக்காங்க. இனி கேச முடிக்கறதுல எந்த பிரச்சனயும் இல்லலல.?" இன்ஸ்பெக்டர் முத்துராஜா கேட்க

"ஐயா எந்த பிரச்சனயும் இல்ல. ஐ விட்னெஸ் ரெடியா இருக்காங்க ஐயா சொன்னா கூட்டிட்டு வரேன்." துரைபாண்டி சொல்ல

"தென் மாவட்டம் முழுவதும் சாதிக்கலவரத்தால 144 போட்டுருக்காங்க. இங்கயும் மாற்று சமுதாயம் மற்றும் எஸ்சி பிரச்சன ஆச்சுன்னா நெறய

சம்பவம் நடக்கும். நம்ம பொழப்பு சிக்கலாயிரும். அப்பறம் இதுல மாவட்ட செயலாளர் குகன் அவரு தம்பி ஜெகன்மூர்த்தி சம்பந்தப்பட்டிருக்கறதால அரசியல் ரீதியாவும் ஆளுங்கட்சிக்கு பெரிய தலைவலி ஆயிரும். ஏற்கனவே சட்டம் ஒழுங்கு கெட்டுபோயிருச்சுன்னு எதிர்கட்சிக போராட்டம் பண்ணிகிட்டு இருக்காணுக. அப்பறம் அவ்ளோதான் நம்மள காலி பண்ணிருவானுக" இன்ஸ்பெக்டர் முத்துராஜா

"ஐயா புலிவலம் சேகர் கொலைக் கேசு இன்னும் கண்டுபுடிக்கல பாதிக்கப்பட்டவங்களுக்கு இன்னும் நீதி கிடைக்கலேன்னு இன்னைக்கு கலெக்டர் ஆபீஸ் முற்றுகை போராட்டம் நடத்தப் போறானுக" கான்ஸ்டபிள் நல்லுச்சாமி சொல்ல

"யாரு நடத்தறா" இன்ஸ்பெக்டர் முத்துராஜா கேட்டார்

"தீக்கதிர் பாலு" கான்ஸ்டபிள் நல்லுச்சாமி

"ஓ அந்த கம்யூனிஸ்ட்டுகாரன் உள்ள வந்துட்டானா..? யோவ் கம்யூனிஸ்ட்ல அந்த பாலுவ மட்டும் ஆஃப் பண்ண முடியாது. நீதி நேர்மைனு பேசிட்டு திரியுவான். சரி அவன் என்னத்தையோ போராட்டத்தப் பண்ணிட்டு போட்டும். நாம கேஸ் முடிக்கற வழிய பாப்போம்" இன்ஸ்பெக்டர் முத்துராஜா

"சார் எஸ்.சி குருப்புக்குள்ள கபடி போட்டி முன்விரோதம் ஊருக்கே தெரியும். அதுபோக ரஜினி ரசிகர் மன்றம் விஜயகாந்த ரசிகர் மன்ற பிரச்சனையும் ரொம்ப வருசமா இவிங்க ரெண்டு தரப்புக்கு இடைல

ஓடிகிட்டு தான் இருக்கு. அதனால ஆப்போசிட் குரூப் தான் பண்ணிருக்கனும்னு கேசை முடிச்சர்லாம் சார்" எஸ்.ஐ ஜான்பீட்டர் சொல்ல

மற்ற அனைவரும் அதை ஆமோதிக்க

"சரி ஒரு லிஸ்ட் ரெடி பண்ணுங்க. இவங்க தான் குற்றவாளிகனு மொதல்ல அறிவிச்சரலாம் அப்பறம் அவங்கள புடிக்கற வழிய பாப்போம்" இன்ஸ்பெக்டர் முத்துராஜா சொல்ல

"உள்ளே வரலாமா ஐயா" என்று எட்டி பார்த்த ரைட்டர் ராமசுப்புவை உள்ளே வர சொன்னார் இன்ஸ்பெக்டர் முத்துராஜா

"ஐயா பங்குனி ஆத்துக்கு பின்னால முள்ளுப்பொதரூல ஒரு பொம்பள பொணம் கெடக்குதுன்னு தகவல் வந்துருக்கு ஐயா. முகமெல்லாம் எரிஞ்சு கெடக்குதாம். இறந்து ரெண்டு நாள் இருக்கும்னு சொல்றாங்க ஐயா"

தலையில் கைவைத்து பதட்டமான இன்ஸ்பெக்டர் முத்துராஜா அங்கிருந்த டீமை அழைத்துக் கொண்டு உடனே அந்த இடத்துக்கு தன்னுடைய ஜீப்பில் புறப்பட்டார்

அதற்குள் ஊர்க்காரர்கள் ஒரு அம்பது பேர் அந்த இடத்தைச் சுற்றி நிற்க

போலீஸ் ஜீப்பை பார்த்தது அதிலிருந்த பாதிக்கும் மேற்பட்டோர் காணாமல் போனார்கள்

"ஐயாஇங்கவாங்க"ஏற்கனவேஅங்குநின்றிருந்த போலீஸ் ஒருவர் இன்ஸ்பெக்டர் முத்துராஜாவை

கைகாட்டி அழைக்க அவன் அழைத்த இடத்துக்கு இன்ஸ்பெக்டர் முத்துராஜா மற்றும் டீம் சென்றார்கள்

அங்கே பச்சை நிற சேலை அதே நிறத்தில் ஜாக்கெட் உடுத்தியபடி ஒரு பெண் பிரேதம் மல்லாந்த நிலையில் கிடக்க முகம் முழுவதும் எரிந்திருந்தது.

கை காதுகளில் எந்த ஆபரணமும் இல்லை. கழுத்தில் மஞ்சள் கயிறு ஒன்று இருந்தது. வலது காலில் கருப்புக்கயிறு ஒன்று கட்டப்பட்டிருந்தது. மெட்டி கொலுசு ஏதும் இல்லை.

வலது கையில் பச்சைகுத்தப்ட்டிருந்த இடமும் தீயில் எரிக்கப்பட்டிருந்தது.

அதையெல்லாம் குறித்துக் கொண்ட இன்ஸ்பெக்டர் முத்துராஜா அங்கு வேடிக்கை பார்க்க நின்றிருந்த ஊர்க்காரர்களிடம் கேட்டார்.

"இந்த பாதை எங்க போகுது.?"

"சாமி இந்த பாதை சுடுகாட்டு வழியா போயி ஊருக்குள்ள சங்கிலிகருப்பசாமி கோவிலுக்கு போய்ச் சேருமுங்க" ஒருவன் சத்தமாகக் கத்தினான்

இன்ஸ்பெக்டர் முத்துராஜா அருகிலிருந்த எஸ்.ஐ ஜான்பீட்டரிடம் சொல்லி தடய அறிவியல் குழுவை வர சொல்லச் சொன்னார். பிணத்தை எடுத்துச் செல்ல ஒரு வண்டியையும் வர சொன்னார்.

"என்னய்யா இது தலைவலி மேல தலைவலியா இருக்கு" என்று புலம்பிய இன்ஸ்பெக்டரின் காதுகளில் மெல்ல ஒரு தகவலை சொன்னான் ஏட்டு துரைபாண்டி

"ஐயா முந்தா நாள் ராத்திரி இந்த வழியா தீப்பந்தம் எடுத்துட்டு போனது மாசானமுத்துவோட அப்பன் வேம்படிமாடன்"

சட்டென இன்ஸ்பெக்டர் முத்துராஜா கண்களில் அன்று தன் நெற்றியில் விபூதி வைக்காமல் அதை தன் தலையில் போட்ட வேம்படிமாடனின் முகம் நினைவுக்கு வந்தது

"அவனை ஸ்டேசனுக்கு தூக்கிட்டு வாங்கய்யா" ஏட்டுகள் துரைபாண்டி, ஹரிஹர சுதன், கான்ஸ்டபிள்கள் நல்லுச்சாமி, ஆகாசவாணி அனைவரும் பரபரப்பானார்கள்.

6

"என்ன காத்தாயிக்கா. பிரச்சன எல்லாம் முடிஞ்சுதா.?" வாசலில் சாணத்தை மொழுகிக் கொண்டிருந்த காத்தாயி மெல்ல தலையைத் தூக்கிப் பார்த்தாள்

"வாடி ரத்தினம். நல்லாருக்கயா.? உம்புருசன் நடக்க ஆரம்பிச்சுட்டானா.?" பெயிண்டராக இருக்கும் ரத்தினத்தின் கணவன் தொங்குசாரத்தில் இருந்து கீழே விழுந்து காலை உடைத்துக் கொண்டிருந்தான். அதைத் தான் கேட்டாள் காத்தாயி.

"நடக்க ஆரம்பிச்சுருச்சுக்கா. ஆனா வேலைக்கு போக இன்னும் கொஞ்ச நாளாகுமாம்" என்றாள் ரத்தினம்

"இங்கயும் பிரச்சன முடிஞ்சுது ரத்தினம். எங்கள இங்கயே இருக்க சொல்லிட்டாங்க" காத்தாயி

"ஏங்க்கா உன் மவன் எங்க தான் இருக்கான். போலீஸ் ஏதோ கொலைக்கேசுல தேடறதா சொல்றாங்க உண்மையா அக்கா" ரத்தினம்

"அவன பாத்தே வருசமாச்சி ரத்தினம். மாரிய ஆறுமாச கொழந்தயா இருக்கும்போது என் கையில தூக்கிக் குடுத்துட்டு போனான். இப்ப மாரிக்கு எட்டு வயாசாகுது. கொழந்த கூட இருக்கக்கூட வரமாட்டேங்கறான். ம்ம் எங்க இருக்கான் என்ன ஆனான்னு கூட தெரில ரத்தினம். அந்த கருப்பு தான் நல்ல வழி காட்டணும்" காத்தாயி புலம்பினாள்

"அக்கா.. மாரியோட அம்மாவயும் உன் மவன் தான் கெணத்துல தள்ளி கொன்னுட்டதா ஊருக்குள்ள பேசிக்கறாங்களே" ரத்தினம் கேட்டதும் அதிர்ச்சியான காத்தாயி "ரத்தினம் நீயுமா" என்று கண் கலங்கினாள்

"அய்யோ அக்கா ஊருக்குள்ள பேசிக்கறத உன் கிட்ட சொன்னேன்" ரத்தினம் சென்றுவிட்டாள்.

"கருப்பா இது என்ன புது சோதன" என்று மனதுக்குள் நொந்து கொண்டாள் காத்தாயி.

வேலை எதுவுமே செய்யாமல் அப்பிடியே படுத்துக்கொண்டாள் காத்தாயி.

ரேசன் கடையில் இருந்து அரிசி பருப்பு சக்கரை வாங்கிக் கொண்டு வீட்டுக்கு வந்தான் வேம்படிமாடன்

"காத்தாயி.. என்னாச்சுத்தா. ஒடம்பு சொகமில்லையா. உன்னய யாரு சாணியெல்லாம் மொழுக சொன்னது.?" வேம்படிமாடன் கேட்க

எதுவும் பதிலே இல்லை

என்ன நான் கேட்டுகிட்டே இருக்கேன் பதிலே பேசமாட்டேங்கற தூங்கிட்டயா என்று காத்தாயியின் அருகில் வந்து தொட்டுத் திருப்பினான்

கண்களின் இருபுறமும் கண்ணீர் வழிந்தோட படுத்திருந்த காத்தாயியை பார்த்து பதறிப்போனான் வேம்படிமாடன்.

"என்னாச்சும்மா ஏன் அழுவுற"

ரத்தினம் மாசானமுத்து குறித்து பேசியதை அப்படியே வேம்படிமாடனிடம் சொல்லி அழுதாள் காத்தாயி

"இங்க பாரு காத்தாயி. ஏதோ போன சென்மத்துல செஞ்ச பாவம் நம்ம மவன் இப்படி பேரு வாங்கிருக்கான். அவன் எங்கயோ இருந்துட்டு போட்டும் விடு. நமக்குனு இருக்கற மாரிப்புள்ளய ஆளாக்கி நல்ல ஒருத்தன் கையில குடுக்கற வரைக்கும் நாம உசுரோட இருக்கனும் இதான் என் ஆச" வேம்படிமாடனும் பெருமூச்சு விட்டபடி உத்தரத்தை பார்த்து உட்கார்ந்துவிட்டான்.

"இதுக்கு அவன் செத்துபோயிட்டானு தகவல் வந்துருந்தா ஒரேயடியா அழுது தீத்துருப்பேன். இப்படி தெனம் தெனம் அழ வெச்சுட்டு இருக்கான்" காத்தாயி பொலம்பினாள்

"விடு எல்லாத்தையும் கருப்பன் பாத்துக்குவான்" வேம்படிமாடன்

"எல்லாத்தையும் கருப்பன் பாத்துக்கிறான் நம்மள தவிர. யோவ் பேசாம நாம வேற ஊருக்காச்சும் போயிக்கலாம்யா. சுடுசொல்லு தாங்க முடில" காத்தாயியின் பேச்சு வேம்படிமாடனை என்னவோ செய்தது.

"சரித்தா.. நாம மேக்க எங்கயாச்சும் ஒரு ஊருக்கு போயி பொழச்சுக்கலாம். நீ கவலப்படாம இரு.

மாரிகிட்ட எதுவும் இப்போ சொல்லவேணாம். அமாவாசை முடிஞ்சதும் வளர்பிறைல பொறப்படலாம்” சொன்ன வேம்படிமாடனையே நெசமா என்பது போல பார்த்தாள் காத்தாயி

“வேம்பண்ணே”

குரல் கேட்டு வெளிய வந்தான் வேம்படிமாடன்

“சொல்லு சொக்கா என்ன விசேசம்”

“அண்ணே கோவில் நிர்வாகம் உன்னய கூட்டி வர சொன்னங்க” கணியான் சொக்கன் சொன்னதும்

“என்ன சொக்க என்னாச்சி” என்றான் வேம்படிமாடன்

“எல்லாம் நல்ல விசயம் தாம்ணே. கோவில புதுசா கட்டறக்கு யோசன பண்ணுறாங்க. கும்பாபிசேகம் சிறப்பா பண்ணனும்னு பேசிகிட்டு இருக்காங்க. நல்ல நாள் பாத்து குறி சொல்ல உன்ன கையோட அழச்சு வர சொன்னாங்க” சொக்கன் சொன்னதும் மகிழ்ச்சியின் உச்சத்துக்கே போனான் வேம்படிமாடன்.

இந்தாவரேன்.என்றபடிஉள்ளேசென்று“காத்தாயி கருப்பன் கோவில புதுசா கட்டனும் அப்போதான் நம்ம சாபம் தீரும்னு நான் அடிக்கடி சொல்லுவேன்ல இப்போ பாரு நல்ல காலம் பொறந்துருச்சி. கோவில புதுசாகட்டப் போறாங்களாம். என்னய கூட்டிட்டு வர சொல்றாங்க” சொல்லிக்கொண்டே சட்டைய மாட்டிக்கொண்டு வெளியே போகும் வேம்படிமாடனைப் பார்த்தாள் காத்தாயி.

"அமாவாசை முடிஞ்சதும் போலாம்னு சொன்னியேய்யா" காத்தாயி கேட்டாள்

"ஆமா சொன்னேன். நா சொன்னது கருப்பனுக்கு கேட்டுருச்சு போல. அதான் அவன் என்ன போகாம இருக்கறதுக்காக இப்படி பண்ணிருக்கான் காத்தாயி. அவ்ளோ சீக்கிரம் கருப்பன் என்ன விடமாட்டான்" கர்வத்துடன் வெளியேறி சொக்கனுடன் சென்றான் வேம்படிமாடன்

* * *

புலிவலம் காவல் நிலைய டெலிபோன் ஒலித்தது

போனை எடுத்த சென்ட்ரி போலீஸ் அதை மெதுவாகக் கவிழ்த்து வைத்து விட்டு இன்ஸ்பெக்டரிடம் வேகமாக ஓடிவந்தான்

"ஐயா எஸ்.பி ஐயா லைன்ல இருக்காரு"

தன் அறையில் இருந்த இண்டர்காமை எடுத்தான் இன்ஸ்பெக்டர் முத்துராஜா

"யோவ் முத்துராஜா என்னய்யா நடக்குது அங்க"

"ஐயா. ஒரு பொம்பள பொணம் ஒண்ணுய்யா. யாரு என்னனு தெரில. சுத்துபட்டுல விசாரிக்க சொல்லி டீம் அனுப்பிருக்கன்யா. கண்டுபுடிச்சரலாம்யா" இன்ஸ்பெக்டர் முத்துராஜா

"கிழிச்ச.. புலிவலம் சேகர் கேசுலயே இன்னும் ஒரு மயிரையும் புடுங்கல. இனி இந்த கேசுல புடுங்கி கிழிச்சிருவ நீ.. யூஸ்லெஸ்.. உனக்கு மூணு நாள் டயம். அதுக்குள்ள இந்த மர்டர் கேச கண்டுபுடிக்கலேன்னா

நீ தூத்துக்குடிக்குப் போகத் தயாராயிக்கோ” எதிர்முனையில் டப்பென்று லைன் கட்டானது

சில நொடிகள் ரிசீவரை கையிலேயே வைத்திருந்த இன்ஸ்பெக்டர் முத்துராஜா “ஐயா” என்ற குரல் கேட்டு சுய நினைவுக்கு வந்து ரிசீவரை கீழே வைத்தான்.

எதிரில் ஏட்டுகள் துரைப்பாண்டி ஹரிஹர சுதன் நின்றிருந்தார்கள்

“என்ன.. சொல்லுங்க” இன்ஸ்பெக்டர் முத்துராஜா

“ஐயா அந்த பொண்ணு கொல சம்பந்தமா விசாரிச்சோம். எந்த தகவலும் இல்ல. எல்லா மாவட்டத்துக்கும் தகவல் அனுப்பிட்டோம். எங்கயாச்சும் ஏதாவது பெண் காணவில்லைனு வழக்கு ரிப்போர்ட் ஆச்சுன்னா உடனே தகவல் சொல்ல சொல்லிருக்கோம்” துரைப்பாண்டி சொல்ல

அதற்குள் எஸ்.ஐ ஜான்பீட்டர் உள்ளே நுழைந்து சல்யூட் அடித்தான்

“சார் போஸ்ட்மார்ட்டம் ரிப்போர்ட்” என்று நீட்டினான்

வாங்கி அதை படித்துப் பார்த்தான் இன்ஸ்பெக்டர் முத்துராஜா

அதில் இறப்புக்கான காரணம் தலையில் இரும்புக் கம்பி அல்லது கட்டையால் அடித்த அடி என்று குறிப்பிட்டிருந்தது. கற்பழிப்பு இல்லை என்று போட்டிருந்தது. தீக்காயம் இறப்புக்குபின் என்றும் குறிப்பிட்டிருந்தது.

அதை படித்து விட்டு தலையைத் தூக்கிய இன்ஸ்பெக்டர் முத்துராஜா

"ரேப் இல்ல. கம்பில அடிச்சுருக்கானுக. கொன்னுட்டு அடையாளம் தெரியாம இருக்க முகத்தை எரிச்சிருக்கானுக" தன் முன்பு நின்றிருந்த எஸ்.ஐ மற்றும் ஏட்டுகளிடம் சொன்னான்.

"மூணு நாள் டயம் குடுத்துருக்காரு எஸ்.பி இல்லாட்டி என்னய மாத்திருவேனு மெரட்டிட்டாரு" என்று தன் வருத்தத்தைக் காட்டினான் இன்ஸ்பெக்டர் முத்துராஜா

"சார் கவலய விடுங்க. ரெண்டு கேசயும் முடிச்சரலாம்" எஸ்.ஐ ஜான்பீட்டர்

"எப்படி" இன்ஸ்பெக்டர்

"சார் நம்ம டீம் விசாரிச்சதுல புலிவலம் சேகர் கொலைய செஞ்சது எஸ்.சி குரூப் தான். கொலை நடந்த அன்னைக்கு மாசானமுத்துவ காந்திமார்க்கெட் வொயின்ஷாப் கிட்ட பாத்த சாட்சி இருக்கு சார்" எஸ்.ஐ ஜான்பீட்டர்

"அந்த சாட்சிய கூட்டிட்டு வாங்கய்யா" என்று சொன்ன இன்ஸ்பெக்டர் முத்துராஜா

"அப்போ இந்த பொண்ணு கேசு.?" என்று கேட்டார்

அப்போது ரைட்டர் ராமசுப்பு "ஐயா' என்று உள்ளே வர அனுமதி கேட்டார்

வாய்யா என்று தலையாட்டி வரசொன்னார் இன்ஸ்பெக்டர்

"ஐயா நம்ம எஸ்பி ஆபிஸ்ல இருந்து தகவல் அனுப்பிருக்காங்க ஐயா" ரைட்டர் ராமசுப்பு

"என்ன தகவல்?" இன்ஸ்பெக்டர்

"ஐயா மூணு நாளைக்கு முன்னாடி 30 வயசு இருக்கற ஒரு பொண்ணு காணவில்லைனு சமயபுரம் காவல் நிலையத்துக்கு புகார் வந்துச்சாம். ஆனா வழக்கு இன்னும் பதிவாகலயாம்" ரைட்டர் ராமசுப்பு

அப்படியா. பொண்ணு பேரு என்ன புகார் கொடுத்தாது யாராம்.?

ஐயா பொண்ணு பேரு சுமதி. புகார் கொடுத்தது அவளோட புருசனாம்

ஐயா என்று கத்தினான் துரைபாண்டி

அதைக் கேட்டு அனைவரும் அதிர்ந்தார்கள்

"ஏய்யா இந்த கத்து கத்தற என்ன விசயம் சொல்லு" இன்ஸ்பெக்டர்

"ஐயா இது அக்யூஸ்டு மாசானமுத்து தாய்யா. ஏன்னா அவன் பொண்டாட்டி பேரும் சுமதி தான்."

இன்ஸ்பெக்டர் எஸ்.ஐ என அனைவரும் பரபரத்தார்கள்.

"அன்னைக்கு தான அந்த சாமியாடி அந்த வழியா போனான்னு சொன்ன.?" இன்ஸ்பெக்டர் கேட்க

"ஆமாங்கய்யா. அவன் தாய்யா அந்த வேம்படிமாடன்" துரைபாண்டி

"ஜான் நீங்க நம்ம டீம கூட்டிட்டு போயி அந்த சாமியாடிய தூக்கிட்டு வாங்க" என்று சொல்லிவிட்டு எஸ்.பி க்கு போன் செய்தான் இன்ஸ்பெக்டர்

ஐயா நான் புலிவலம் இன்ஸ்பெக்டர் முத்துராஜா பேசறேன்

....

ஐயா புலிவலம் சேகர் கேசும் பொண்ணு மர்டர் கேசும் கண்டுபுடிச்சாச்சுங்க ஐயா

....

ஆமாங்கய்யா. புலிவலம் சேகர் கேசுல அக்யூஸ்டு மாசானமுத்து. அவன் மேல ஏற்கனவே ஒரு கொலைக்கேசு மதுரைல இருக்கு. அவனை புலிவலம் சேகர் கொலை நடந்த அன்னைக்கு இங்க பாத்த சாட்சி இருக்குங்கய்யா"

"...அப்பறம் இந்த பொண்ணு மர்டர் கேசுல அக்யூஸ்டு அவன் அப்பன் வேம்படிமாடன்"

....

"ஆமாங்கய்யா"

இந்த பொண்ணு மாசானமுத்துவோட மனைவிங்கய்யா.. பேரு சுமதி

ஐயா அப்பனை அரெஸ்ட் பண்ண டீம் அனுப்பிட்டேன். அப்பன் மூலமா பையனயும் புடிச்சரலாம்.

....

"ரொம்ப நன்றிங்கய்யா" ரிசீவரை வைத்தான் இன்ஸ்பெக்டர் முத்துராஜா

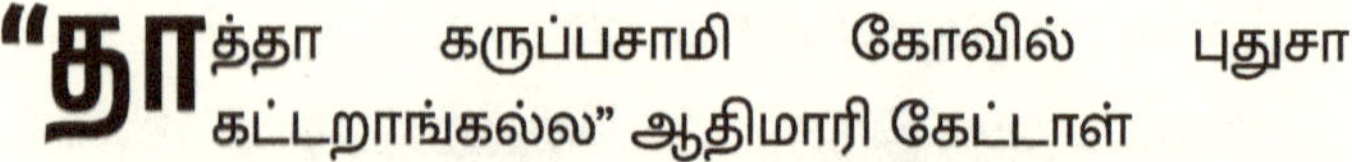

7

"**தா**த்தா கருப்பசாமி கோவில் புதுசா கட்டறாங்கல்ல" ஆதிமாரி கேட்டாள்

"ஆமத்தா" வேம்படிமாடன் ஆதிமாரியை மடியில் கிடத்தி அவள் முன் நெற்றியில் முத்தமிட்டார்

"பெருசா கட்டுவாங்களா" ஆதிமாரி கேட்க

"ஆமாடி என் தங்கம்" ஆதிமாரியின் முகத்தில் தன் முகம் புதைத்தார்

"தாத்தா அப்போ இனிமே நீ நான் ஆத்தா கோழிக எல்லாருமே கோவில்லயே கருப்பசாமி கூடயே இருந்தரலாம் தாத்தா" ஆதிமாரி சொன்னதும் உடல் சிலிர்த்தது வேம்படிமாடனுக்கு.

"காத்தாயி.. மாரி பேசறதெல்லாம் கேட்டா கருப்பனே பேசறமாதிரியே இருக்கு. கோவில்லயும் அதே தான் சொன்னாங்க. கோவில் கட்டி முடிச்சதும் பின்னாடி ஒரு கூர போட்டுத்தறோம். அங்கயே தங்கி கோவில பாத்துக்கனும்னு. இத விட இந்த

செண்மத்துல நமக்கு என்ன வேணும் சொல்லு”
வேம்படிமாடன்

ஆதிமாரிக்கு மனசெல்லாம் பட்டாம்பூச்சி பறப்பது போல ஆனது.

மெதுவாகக் கேட்டாள்.

“தாத்தா அப்போ உனக்கப்பறம் நா தான கோமரத்தாடி.. சொல்லு தாத்தா.?” நச்சரித்த ஆதிமாரியின் கன்னத்தை வருடியபடி வேம்படிமாடன் சொன்னான்

“யம்மா மாரி.. நம்ம பரம்பரைல வழி வழியா ஆம்பள புள்ளைக மட்டும் தாம்மா கோமரத்தாடி ஆகணும்.”

“எனக்கப்பறம் உன் அப்பன் கோமரத்தாடி ஆயிருக்கணும். அவன் வழி மாறிப் போயிட்டான். அதனால எனக்கப்பறம் யாரு கோமரத்தாடினு கருப்பன் தான் முடிவு பண்ணுவான்மா” என்றபடியே ஆதிமாரியை தூங்க வைத்தான் வேம்படிமாடன்

அவள் தூங்கி விட்டதை அறிந்த பின் காத்தாயி சன்னக்குரலில் சொன்னாள்

“யேய்யா பேத்திக்கு நாம மட்டும்தான் இருக்கோம். நாளைக்கு ஒரு கண்ணாலங்காட்சி செய்யனும்னா மாரிக்காக ஏதாச்சும் சேத்து வெக்கனும்”

“அது தெரியாமயா நான் இருப்பேன்.? அதெல்லாம் யோசிச்சுட்டு தான் சேத்து வெக்க ஆரம்பிச்சுருக்கேன்.” என்ற வேம்படிமாடனை ஆச்சர்யமாய் பார்த்தாள் காத்தாயி.

"மாரிக்கு கண்டிப்பா பையன் பொறப்பான். என் கொள்ளுப்பேரன் தான் அடுத்த கோமரத்தாடி" என்றவனைப் பார்த்து கலகலவென சிரித்தாள் காத்தாயி.

"யோவ் காலம் மாறிகிட்டு இருக்கு. நாளைக்கு என்ன நடக்கும்னு யாரு கண்டா" காத்தாயி

வாசல் படலை யாரோ தள்ளுவது போன்ற சத்தம் கேட்க

மெல்ல எழுந்து கதவை திறந்தாள் காத்தாயி

வெளியே நான்கு பேர் இருந்தனர்.

"யாரு.. யாரு வேணும்.?"

"வேம்படிமாடன் வீட்ல இருக்கானா.?"

"நீங்க யாரு" காத்தாயி கேட்க கேட்க அதில் இருவர் உள்ளே அவளை நெருங்கி வந்து உள்ளே பார்த்தனர். ராந்தல் வெளிச்சத்தில் ஆதிமாரியை அணைத்து பாயில் படுத்திருந்த் வேம்படிமாடனை பார்த்து "டேய் வெளிய வாடா" என்றனர்

"யாருனு கேக்கறன்ல" காத்தாயி மீண்டும் கேட்க

"ம்.. கொலைகாரன் வீட்டுக்கு யாரு வருவா.. போலீஸ்" என்றதும் காத்தாயின் நெஞ்சு பிடைந்தது.

"எதுக்கு சாமி வந்துருக்கீங்க" பயந்து நடுங்கிக் கேட்டாள்

"எதுக்கா குடும்பம் நடத்த.." நக்கலாய் கான்ஸ்டபிள் நல்லுச்சாமி சொன்னதும்

வேம்படிமாடன் ராந்தல் விளக்குடன் வெளியே வந்துவிட்டான்

"ஐயா என்னங்கய்யா.. என் பையன பத்தி எந்த தகவலும் இல்லீங்கய்யா" என்றான்

"அது சம்பந்தமா இன்ஸ்பெக்டர் ஐயா உன்ன நேருல விசாரிக்கனுனு கூட்டிட்டு வரச் சொன்னாரு" என்று அவனின் இரு பக்கமும் இரு போலீஸ் பிடித்தபடி தெருவை நோக்கி இழுத்துச் சென்றனர்.

தன் கையில் வேம்படிமாடன் தந்துவிட்டு போன ராந்தல் விளக்கின் வெளிச்சத்தில் காத்தாயிக்கு புரிந்தது ஏதோ விபரீதம் என்று

பின்னாலேயே ராந்தல் விளக்கை எடுத்துக் கொண்டு அழுதுகொண்டே ஓடினாள்

"யே.. அவுசாரி முண்ட.. ஒப்பாரி வெச்சு ஊரக்கூட்டுன அப்பறம் இவன உசுரோட பாக்கமாட்ட" என்று மிரட்டியபடியே ஜீப்பில் வேம்படிமாடனை ஏற்ற வைத்தான் எஸ்.ஐ ஜான்பீட்டர்.

"காத்தாயி உள்ள போம்மா.. மாரி எந்திருச்சுக்கப் போறா.. விசாரிச்சுட்டு அனுப்பிருவாங்க. நா வெள்ளன வந்தறேன்" என்று வேம்படிமாடன் சொல்ல சொல்ல ஜீப் கிளம்பியது

ஜீப் வேகமெடுத்து அதன் பின்பக்க டேஞ்சர் விளக்கு இரு கண்கள் போல மாறி இரு புள்ளிகளாய் மறையும் வரை அங்கேயே நின்றிருந்தாள் காத்தாயி.

* * *

காலை 07 மணி

இன்ஸ்பெக்டர் முத்துராஜா நிலையத்திற்குள் நுழைந்தார்.

"எஸ்.ஐ எங்க" ரைட்டர் ராமசுப்புவிடம் கேட்டார்

"ஐயா ராத்திரி அக்யூஸ்ட கொண்டு வந்து வெச்சுட்டு இப்போதான் ரெஸ்டுக்கு போனாருங்கய்யா"

"அக்யூஸ்டு கூட யாரு இருக்கா" இன்ஸ்பெக்டர்

"நல்லுச்சாமியிம் ஆகாசவாணியும் இருக்காங்கய்யா" ராமசுப்பு

தன் அறைக்கு சென்று யூனிஃபார்மை மாட்டினார். பின்னர் லாக்கப்புக்கு சென்றார்

உள்ளே வேம்படிமாடன் தரையில் அமர்ந்திருக்க பக்கத்தில் மர பெஞ்சில் போலீஸ்காரர்கள் நல்லுசாமியும் ஆகாசவாணியும் அமர்ந்திருந்தார்கள்.

இன்ஸ்பெக்டரை பார்த்ததும் இருவரும் எழுந்து நின்று சல்யூட் அடித்தார்கள்

வேம்படிமாடன் எழுந்து நின்று கும்பிட்டான்

"பாத்ரூம்க்கு கூட்டிட்டு போனீங்களா" இன்ஸ்பெக்டர்

"ஆச்சுங்கய்யா" நல்லுசாமி

"டீ ஏதாச்சும் குடுத்தயா" இன்ஸ்பெக்டர்

"குளிக்காம சாப்டமாட்டேனு வேண்டாம்னு சொல்லிட்டான்யா" நல்லுசாமியே பதிலளித்தான்.

"ஓஹோ. அப்டியா. நல்ல பழக்கம் தான்." என்றபடியே ஒரு சேர் எடுத்துட்டு வாய்யா என்றார் இன்ஸ்பெக்டர்

ஆகாசவாணி ஓடிச்சென்று ஒரு பிளாஸ்டி சேரை தூக்கிகொண்டு வந்தான்

அதில் உட்கார்ந்தபடியே ஒரு வில்ஸ் சிகரெட்டை எடுத்துப் பற்ற வைத்தார்

புகையை ஊதியபடியே "பேரென்ன" என்றார்

"ஐயா வேம்படிமாடன்" நின்றபடி பவ்யமாய் பதிலளித்தான் வேம்படிமாடன்

"எந்த ஊரு"

"கொணலைங்க ஐயா"

"பூர்வீகம்.?"

"இதே ஊருதாய்யா"

"என்ன சாதி?"

"பறையருங்க ஐயா"

"என்ன வேலை செய்யற.?"

"சாக்கு தைக்கற வேலை செய்யறேன் ஐயா கருப்பசாமி கோவில் பூசையும் செய்யறேன்"

"உன் பையன் பேரு என்ன?"

"மாசானமுத்து"

"மருமவ பேரு?"

"சுமதி"

"இப்போ எங்க அவங்க.?"

"தெரிலங்கய்யா"

"அப்படியா சரி உக்காரு இப்படி" என்றார் இன்ஸ்பெக்டர்

இன்ஸ்பெக்டரின் காலின் கீழே அமர்ந்தான் வேம்படிமாடன்

"பையன் மேல என்னென்ன கேசு இருக்கு"

"கொலக்கேசு இருக்குனு போலீசு சொன்னாங்கய்யா"

பளாரென்று வேம்படிமாடனின் இடது கன்னத்தில் ஒரு அறை விழுந்தது

"பெத்த பையன் மேல இருக்கற கேசு தெரியலனு சொன்னா யாராச்சும் நம்புவாங்களா அதுக்கு தான் இந்த அடி.. என்னய்யா?" பக்கத்தில் நின்ற கான்ஸ்டபிள் நல்லுசாமியை பார்த்து இன்ஸ்பெக்டர் கேட்க

"நம்பவேமாட்டாங்க ஐயா" நல்லுசாமி அழுத்திச் சொன்னான்.

"ஐயா சத்தியமா தெரியாதுங்கய்யா அவன் எங்க இருக்கான் என்ன பண்றான் எதுமே தெரியாதுங்கய்யா" வேம்படிமாடன் அழுதான்

மீண்டும் பளாரென்று வேம்படிமாடனின் இடது கன்னத்தில் ஒரு அறை விழுந்தது

"இந்த அடி எதுக்கு தெரியுமா. நான் கேள்வி கேக்காமயே பதில் சொன்னதுக்கு" இன்ஸ்பெக்டர்

"இப்போ சொல்லு.. உன் மேல எத்தன கேசு இருக்கு.?" இன்ஸ்பெக்டர்

"ஒரு கேஸு கூட இல்லிங்கய்யா" வீங்கிய கன்னத்தை கையால் பிடித்தபடியே சொன்னான் வேம்படிமாடன்

இப்போது தன் இடது கையால் அவனின் வலது கன்னத்தில் பளாரென்று அறைந்தான் இன்ஸ்பெக்டர் முத்துராஜா.

வாழ்வில் சந்தித்திராத புது அனுபவம் வேம்படிமாடனுக்கு

என்னடா இது பொம்பள மாதிரி இத்தன முடி என்று வேம்படிமாடனின்ன சடை முடியைக் கொத்தாக பிடித்து அருகில் இழுத்தான். இன்ஸ்பெக்டரின் கைகளில் வசமாக சிக்கிய முடியின் வேர் பகுதி அழுத்த வலியில் துடித்தான் வேம்படிமாடன்.

"சொல்லு. அன்னைக்கு கோவில்ல இருந்து சாமியாடிட்டு எங்கெல்லாம் ஓடுன" இன்ஸ்பெக்டர்

"தெரியாதுங்கய்யா" வேம்படிமாடன்

"ஏண்டா தே***யாபயலே நீ ஓடுனது உனக்குத் தெரியாம வேற யாருக்குடா தெரியும்" இன்ஸ்பெக்டர் ஆக்ரோசமாக

"கருப்பனுக்கு தாய்யா தெரியும்" வேம்படிமாடன்

"அப்போ கருப்பன வர சொல்லிட்டு நீ போ" இன்ஸ்பெக்டர் தன் கையில் இருந்த சிகரெட்டை வேம்படிமாடனின் நெற்றிப்பொட்டில் தேய்த்து அணைத்தான்

சிகரெட்டின் சூடு தோலைச் சுட்டாலும் அமைதியாக இருந்த வேம்படிமாடனிடம்

"இங்க பாரு.. உன் வயசுக்கு அடி தாங்கமாட்ட. உண்மைய சொல்லிரு. அன்னைக்கு சாமியாடிட்டு ஓடுன கணக்குல யார கொல செஞ்ச.?" இன்ஸ்பெக்டர் கேட்டதும் வெலவெலத்துப் போனான் வேம்படிமாடன்

"அய்யய்யோ சாமி.. நான் சின்ன தப்பு தண்டா கூட பண்ணமாட்டன்யா. எனக்கும் இதுக்கும் சம்பந்தமே இல்லங்கய்யா" பதறினான் வேம்படிமாடன்

"இவன் சரிபட்டு வரமாட்டான். எங்கய்யா நம்ம டீம்" இன்ஸ்பெக்டர் கேட்டதும்

எஸ்.ஐ ஜான்பீட்டர் ஏட்டுகள் துரைப்பாண்டி ஹரிஹர சுதன், நல்லுசாமி ஆகாசவாணி என அனைவரும் ஆஜரானார்கள்.

"இவன நல்லா கவனிங்க. அடிக்கற அடில தானா உண்மை வெளிவரணும்" சொல்லிவிட்டு வெளியே கிளம்பினான் இன்ஸ்பெக்டர்

எண்ணை தடவிய லத்தி, ஈரசாக்கு, துண்டு துணி ஆகியவற்றுடன் லாக் அப்புக்குள் நுழைந்த அந்த டீம் வேம்படிமாடனை அடித்து துவைத்தது.

"கருப்பாஆஆஆஆ" என்ற வேம்படிமாடனின் அலறல் அந்த காவல் நிலையத்தையே அதிர வைத்தது.

ரைட்டர் ராமசுப்புவின் கண்கள் லேசாக கலங்கியது

அரை மணி நேரம் கழித்து கிழிந்த கந்தலாய் லாக் அப்பில் நிர்வாணமாக கிடத்தி வைக்கப்பட்டிருந்தான் வேம்படிமாடன்

* * *

மறு நாள் பத்திரிக்கையில் செய்தி வெளியானது.

புலிவலம் கிராமத்தில் ஒரே சமூகத்தின் இரு பிரிவுக்குள் ஏற்கனவே இருந்த முன்பகையால் நடந்த கொலை. குற்றவாளிகள் யாரென்று அடையாளம் தெரிந்தது. விரைவில் கைது செய்யப்படுவார்கள் என காவல்துறை அறிவிப்பு

இன்ஸ்பெக்டரை டெலிபோனில் அழைத்த டிஎஸ்பி கண்ணபிரான் தன் பாராட்டுகளை தெரிவித்தார்.

பிறகு மெதுவாய் கேட்டார்,

"யோவ் வேற யாருக்கும் தெரியாதுல்லா"

"நம்ம டீம் தவிர வேற யாருக்கும் தெரியாது சார்" இன்ஸ்பெக்டர் முத்துராஜா

"வெரிகுட்"

8

புலிவலம் காவல் நிலைய வாசலில் நின்று எட்டி எட்டி உள்ளேயே பார்த்துக் கொண்டிருந்தாள் காத்தாயி.சிவப்புபெயிண்ட்அதில்வெள்ளைக்கோடு என்று அந்த கட்டிடத்தையும் அதன் வாசலில் துப்பாக்கியோடு நின்றிருந்த போலீஸ்காரனையும் பார்த்து பீதியாகி காத்தாயியின் கால்களுக்குள் ஒடுங்கினாள் ஆதிமாரி.

கருப்பன் கோவிலில் போலீஸ் உடையணிந்து துப்பாக்கியுடன் நிற்கும் சிலையைப் பார்த்துள்ள ஆதிமாரிக்கு அதை நேரில் பார்த்ததும் வெலவெலத்துப் போனாள்.

வாசலில் நின்றிருந்த சென்ட்ரி போலீஸ் இவர்களைப் பார்த்து என்ன என்று விசாரித்தான்.

விவரம் சொன்னதும் "எஸ்.ஐ இன்ஸ்பெக்டர் வருவாங்க அவங்கககிட்ட கேளு. அதுவரைக்கும் இப்படி வாசல்ல நிக்காம ஓரமா போயி நில்லு" என்றான் அந்த போலீஸ்காரன்

காத்தாயியும் ஆதிமாரியும் காவல் நிலையத்தின் இடது ஓரத்தில் இருந்த புளியமரத்தின் அடியில் போய் உட்கார்ந்தார்கள்.

"ஆத்தா.. எதுக்கு தாத்தாவ புடிச்சுட்டு வந்துருக்காங்க" ஆதிமாரி

"உன் அப்பன பத்தி ஏதோ விசாரிக்க கூட்டிட்டு வந்துருக்காங்க" காத்தாயி

"அப்பாவ பத்தி தான் நமக்கு ஒண்ணுமே தெரியாதே" ஆதிமாரி

"அதத்தான் யாருமே நம்பமாட்டேங்கறாங்களே" காத்தாயி

சற்று நேரத்துக்கெல்லாம் ஒரு ஜீப் வந்து நின்றது.

உள்ளே இருந்து வந்து அதில் ஏறிப் புறப்பட தயாரான இன்ஸ்பெக்டரைப் பார்த்ததும் அருகில் ஓடி தன் பேத்தியுடன் ஓடிவந்தாள் காத்தாயி.

இன்ஸ்பெக்டரைப் பார்த்து கையெடுத்து கும்பிட்டு "சாமி" என்றாள்

"யாரும்மா என்ன வேணும்?" இன்ஸ்பெக்டர் முத்துராஜா

"ஐயா வீட்டுக்காரர நேத்து பொழுதோட கூட்டியந்தாங்க" காத்தாயி

அதற்குள் சென்ட்ரி நின்ற போலீஸ் ஓடிவந்தான்

"ஐயா வேம்படிமாடன் பொண்டாட்டிங்க ஐயா" என்றான்

"ஓ.. அந்த சாமியாடி பொண்டாட்டியா.. அது விசாரிச்சுட்டு இருக்கோம். விசாரிச்சு முடிச்சு அனுப்பிருவோம்" இன்ஸ்பெக்டர்

"ஐயா எங்க மவன பத்தி எந்த தகவலும் இல்லங்கய்யா. அவருக்கும் அவன பத்தி ஏதும் தெரியாதுய்யா" காத்தாயி கைகூப்பினாள்

"தெரியுமா தெரியாதானு விசாரிக்கனும்ல. நீ போயிட்டு சாயந்தரம் வா" என்றபடி ஜீப்பை எடுக்க சொன்னான் இன்ஸ்பெக்டர் முத்துராஜா

ஜீப் காவல் நிலையத்தை விட்டு திரும்பி ரோட்டுக்குச் சென்று மறைந்தது.

என்ன செய்வதென்று தெரியாமல் அப்படியே நின்றாள் காத்தாயி

"நீ தா அவன் பொண்டாட்டியா" குரல் கேட்டு திரும்பி பார்க்க

அங்கே ஏட்டு ஹரிஹரசூதன் நின்றிருந்தான்

"ஆமாங்கய்யா"

"உம்புருசனுக்கு சாப்ட நாலு இட்லி வாங்கிட்டு வா" என்றான்

"மனுசன் இன்னுஞ்சாப்டலயா சாமி" பரிதாபமாய்க் கேட்டவளை மேலும் கீழும் பார்த்தான்

"இதன்ன மடமா வரவன் போறவனுக்கெல்லாம் ஆக்கிப்போடறதுக்கு.?" கத்தினான்

"சாமி கோவிச்சுகாதீங்க இந்தா வாங்கி வரேன்" என்று

ஆதிமாரியை இழுத்துக் கொண்டு வேகவேகமாக ரோட்டுக்கடைக்குச் சென்றாள் காத்தாயி. அவள் கை பிடித்துச் சென்ற ஆதிமாரிக்கும் பசியெடுத்தது.

* * *

எஸ்.பி ஆபீஸ்.

எஸ்.பியும் டி.எஸ்.பியும் பேசிக்கொண்டிருந்தார்கள்.

உள்ளே வந்து சல்யூட் அடித்த முத்துராஜாவைப் பார்த்து

"என்னய்யா இன்ஸ்பெக்டர்.?" என்றார் எஸ்பி கருப்பையா

"ஐயா" இன்ஸ்பெக்டர்

"மாசானமுத்துவோட கூட்டாளிக சந்திரன் சிவா பாஸ்கரை எல்லாம் பிடிக்க டீம் அனுப்பிருக்கு சார். இன்னைக்குள்ள பிடிச்சுருவோம்" டிஎஸ்பி கண்ணபிரான் சொல்ல

"அந்த ஐ விட்னெஸ் விசாரிச்சாச்சா.?" எஸ்பி கருப்பையா கேட்க

"ஐயா டீம் விசாரிச்சுட்டாங்க. அவன் புலிவலம் சேகர் கொலை நடந்த அன்னைக்கு மதியம் மாசானமுத்துவ பாத்ததா சொல்றான், கூட புலிவலம் பாஸ்கர் இருந்ததாவும் சொல்றான் ஐயா" இன்ஸ்பெக்டர்

"ஓ.. சரி அந்த செத்துப்போன லேடி சுமதி தானா.?" எஸ்பி கருப்பையா அருகில் இருந்த டிஎஸ்பியை பார்த்துக் கேட்க

"சார் இன்னும் யாரும் அது சம்மந்தமா நம்மகிட்ட வரல. பத்திரிகைல போட்டோவோட விளம்பரமும் குடுத்தாச்சு. பாக்கலாம் சார்" டிஎஸ்பி கண்ணபிரான்

"இந்த மாசானமுத்துவோட அப்பன் ஒத்துகிட்டானா அந்தப் பொண்ணக் கொலை செஞ்சத.?" எஸ்பி இன்ஸ்பெக்டரை பார்க்க

"ஒத்துக்கமாட்டேங்கராங்க ஐயா. உடனே எவனும் சொல்லமாட்டானுக கொஞ்சம் ட்ரீட்மென்ட் குடுத்துட்டு இருக்கோம். சொல்ல வெச்சரலாம்ங்க ஐயா" இன்ஸ்பெக்டர் முத்துராஜா

"சமயபுரத்துல சுமதிய காணலனு யாரு புகார் கொடுக்க வந்தாங்கனு சரியா தெரியலனு சொல்றாங்க. அதிகாரிக யாரும் இல்ல போயிட்டு அப்பறம் வானு சொல்லிருக்காங்க. வந்தவனும் கெளம்பிப் போயிருக்கான். அதுக்கப்பறம் அவன் வரல. அது சரி மாசானமுத்துக்கு ஒரு மக இருக்கால்ல. செத்துப்போனது மாசானமுத்து மனைவி சுமதி தானானு உறுதிபடுத்த அந்த கொழந்தைக்கு டிஎன்ஏ டெஸ்ட் எடுக்க ஏற்பாடு பண்ணுங்க" என்றார் எஸ்பி கருப்பையா

டிஎஸ்பி இன்ஸ்பெக்டரைப் பார்க்க

"ஐயா ஏற்பாடு பண்ணிடுறேங்கய்யா" என்றான் இன்ஸ்பெக்டர் முத்துராஜா

"சரி பாருங்க.. அக்யூஸ்ட அரெஸ்ட் பண்ணிட்டா தகவல் சொல்லுங்க" எஸ்.பி சொன்னதும் டிஎஸ்பியும் இன்ஸ்பெக்டரும் சல்யூட் அடித்துவிட்டு வெளியே வந்தனர்.

"என்ன முத்துராஜா. சீக்கிரம் முடிச்சு விடுய்யா. மாவட்டம் குணசேகர் பேசுனான். தேவையில்லாம எங்க தல உருளறக்குள்ள கேச முடிங்கங்கறான்" சிரித்த டிஎஸ்பி தொடர்ந்தார்

"உன்னய ரிமாண்ட் பண்ணிருவேனு குணசேகரை பயங்காட்டி வெச்சுருக்கேன். ரொம்ப

பதட்டமாயிட்டான். என்ன பண்ணட்டும்னு கேக்கறான்" சிரித்தார் டிஎஸ்பி

சார் "நாங்க தான் உனக்கு உதவி செஞ்சுட்டு இருக்கோம். பெரிய கேசு. பாத்துக்கோனு சொல்லி வைங்க. பெருசா வாங்கிரலாம்" சொல்லிவிட்டு இன்ஸ்பெக்டரும் சிரித்தான்

"சரி நீ ஸ்டேசன் போயிட்டு என்னனு மத்த வேலைகளை கவனி. இவனை நான் பாத்துக்கறேன்." கிளம்பிய டிஎஸ்பிக்கு பெரிதாய் ஒரு சல்யூட் போட்டு வைத்தான் இன்ஸ்பெக்டர்.

ஜீப் புலிவலம் விரைந்தது.

* * *

புலிவலம் காவல் நிலையத்தில் பொதுமக்களுக்கு பெட்டிசன் எழுதிக் கொடுக்கும் வேலுச்சாமி மரத்தடியில் காலையில் இருந்து உட்கார்ந்திருக்கும் காத்தாயியையும் ஆதிமாரியையும் பார்த்தபடியே அருகில் வந்தான்.

"என்ன பாட்டிம்மா என்ன பிரச்சன.. மனு எழுதி தரணுமா.?" என்றான்

"வேண்டாய்யா.. உள்ள இவ தாத்தன் இருக்கு" என்று ஆதிமாரியைக் காட்டியவள் தொடர்ந்தாள். "நேத்து ராவுல புடிச்சுட்டு வந்தாங்க. என்ன ஏதுன்னு ஒரு வெவரமும் சொல்லலய்யா" துக்கம் தொண்டையடைக்க விம்மினாள்

"அதுக்கு ஏன் வெசனப்படற. நான் போய் என்னானு கேட்டுட்டு வரேன். ஆனா உள்ள

எல்லாத்துக்குமே காசு." என்று ஒரு மாதிரி சிரித்தான் வேலுச்சாமி.

அது புரியாமல் "ஏழை பாழைககிட்டயுமா வாங்குவாங்க.?" என்றாள்

"யம்மா உலகம் புரியாம இருக்கியே.. ஏழை பணக்காரன்னு வித்யாசம் பாக்காதது ரெண்டே பேரு தான் ஒண்ணு எமன்.. இன்னொண்ணு லஞ்சம் வாங்கறவனுக.. சாவடிச்சுருவானுக. சரி எவ்ளோ பணம் வெச்சுருக்க" நேரடியாகவே கேட்டான் வேலுச்சாமி

தன் மடிப்பையில் இருந்து 35 ரூபாயை பொறுக்கி அவன் கையில் திணித்தாள் காத்தாயி.

அதை திருப்பி திருப்பிப் பார்த்தவன் "இது அந்த ஏட்டு தொரபாண்டிக்கே பத்தாதே" என்று தனக்குள் பேசியபடியே "சரி இரு வரேன்" என்றபடியே உள்ளே போனான்.

சற்று நேரத்திற்கெல்லாம் வெளியே வந்த வேலுச்சாமி நேராக காத்தாயியிடம் வந்தான்

"யம்மோவ்.. நான் கூட சாதா கேசுனு நெனச்சேன். உம்புருசன கொலக்கேசுல புடிச்சு வெச்சுருக்காங்க. அதெல்லாம் சாதாரணமா விடமாட்டாங்க. நீ நல்ல வக்கீலா பாரு. இங்க இருக்கறது பிரயோசனப்படாது" வேலுச்சாமி சொல்ல அதிர்ச்சியில் மயங்கி சரிந்தாள் காத்தாயி.

"யே யே சார் தண்ணி கொண்டாங்க" வேலுச்சாமி கத்த

காலையில் வாங்கி வைத்த வடையை தின்று கொண்டிருந்த ஆதிமாரி அதை அப்படியே

மண்ணில் போட்டுவிட்டு ஆத்தா ஆத்தா என்று கத்தத் தொடங்கினாள்

போலீஸ் சிலர் தண்ணீரோடு ஓடிவந்து அவளின் முகத்தில் தெளிக்க

மெல்லக் கண் விழித்து அழத் தொடங்கினாள்.

"ம்மோவ்... அழாதம்மா... இந்தா இந்த தண்ணிய குடி" என்று ஒரு போலீஸ் குடிக்க வைத்தான்.

"ஐயா அவரு கொல எல்லாம் பண்ணிருக்க மாட்டாருய்யா சாமியாடிய்யா. கருப்பசாமிக்கு பயந்தவருய்யா. அவர விட்டுருங்கய்யா" அரற்றினாள் காத்தாயி.

"வேலுச்சாமி நீ தான் இந்தக் கேச பாக்கறயா" என்றான் ஒரு போலீஸ்காரன்

"சார் இது கொல கேசு. தமாசு பண்ணாதீங்க. நா என்ன வக்கீலா" வேலுச்சாமி நழுவினான்

அப்போது மதிய உணவு முடிந்து அங்கு வந்த ரைட்டர் சுப்பு தன் டிவிஎஸ் 50 வண்டியை மர நிழலில் நிறுத்திவிட்டு இவர்கள் அருகில் வந்து நடந்ததைக் கேட்டுத் தெரிந்து கொண்டான்.

பிறகு "வேலுச்சாமி நீ இவங்கள தீக்கதிர்பாலுகிட்ட கூட்டிட்டு போ" என்றான் ராமசுப்பு

"ஏட்டய்யா இது இன்ஸ்பெக்டருக்கு தெரிஞ்சா உன்னயும் மாத்திருவாங்க" அங்கிருந்த போலீஸ்காரன் சொன்னதும்

"அட போய்யா. ஒண்ணோ இங்கிருந்து நான் மாறணும் இல்லாட்டி ஒரு நல்லவன் இங்க

இன்ஸ்பெக்டரா வரணும். வருவான்.." என்றபடியே நிலையத்திற்குள் சென்றார் ஐம்பதை தாண்டிய நேர்மைக்காரன் ரைட்டர் ராமசுப்பு.

9

"என்ன ஜான் என்ன விசயம்?" தன் வீட்டுத் தொலைபேசிக்கு அழைத்த எஸ்.ஐ ஜானிடம் விவரம் கேட்டான் இன்ஸ்பெக்டர் முத்துராஜா

"சார் சந்திரன் பாஸ்கர் சிவா மூணு பேரையும் புடிச்சாச்சு. ஸ்டேசன் கொண்டு வந்துட்டோம்" எஸ்.ஐ ஜான் பீட்டர்

"வெரிகுட் ஜான். இதோ உடனே கௌம்பி வரேன்" இன்ஸ்பெக்டர் முத்துராஜா

சற்று நேரத்திற்கெல்லாம் இன்ஸ்பெக்டரின் ஜீப் நிலைய வாசலில் வந்து நின்றது

வாசலில் நின்றிருந்த எஸ்.ஐ ஜான்பீட்டர் ஏட்டு ஹரிஹரசுதன் இருவரையும் கைகுலுக்கி பாராட்டிய இன்ஸ்பெக்டர்

"எங்க இருக்கானுக" என்று கேட்டான்

"சார் ஆண் கைதி அறைல வேம்படிமாடனை அடச்சுருக்கறதால பெண் கைதிகள் அறைல

வெச்சுருக்கோம்." ஹரிஹரசுதன் சொல்ல சொல்ல உள்ளே நடந்தான் இன்ஸ்பெக்டர் முத்துராஜா.

பெண் கைதி அறையின் இரும்பு கதவை தள்ளினான்

உள்ளே நல்லுச்சாமியும் துரைபாண்டியும் இருந்தார்கள். மூன்று பேரையும் கை விலங்குகள் மாட்டி ஜட்டியோடு உட்கார வைத்திருந்தார்கள்

இன்ஸ்பெக்டரை பார்த்ததும் அனைவரும் எழுந்து நிற்க

"பேரென்னடா" இடது ஓரத்தில் இருந்தவனை கேட்க

"பாஸ்கர்"

நடுவில் நின்றவனை பார்த்ததும்

"சந்திரன்" என்றான்

அடுத்தவன் "சிவா" என்றான்

"என்ன பிரச்சனை உங்களுக்குள்ள.. என்ன நடந்துச்சு" இன்ஸ்பெக்டர்

"ஒண்ணும் பிரச்சனையில்ல எதும் நடக்கல" என்ற சந்திரனின் கன்னம் பழுக்க ஒரு அறை விட்டான் இன்ஸ்பெக்டர். மற்ற இருவரும் இரண்டு மூலைக்கு ஓடிப் போய் நிற்க அவர்களையும் இழுத்துப் போட்டு அடித்தான்.

"த்தா.. தே***யா பசங்களா. புலிவலம் சேகரை எதுக்குடா கொன்னீங்க" என்றபடி அருகில் இருந்த நல்லுச்சாமியிடம் லத்தியை வாங்கி மூவரையும் அடித்து வெளுத்தான்.

"அய்யோ அம்மா அடிக்காதீங்க சார்" சுருண்டு விழுந்தவர்களை ஷ காலால் முகத்திலும் தொடையிலும் கைகளிலும் மிதித்தான் இன்ஸ்பெக்டர்

"சார் நாங்க கொல்லல சார். நாங்க இந்த ஊர விட்டு போயே பல மாசமாச்சு சார்" கதறினார்கள்.

"எங்கடா மாசானமுத்து" இன்ஸ்பெக்டர்

"சார் அவனை பாத்து ரொம்ப நாளாச்சு சார்." பாஸ்கர் சொன்னதும்

"ஜான் இவனுகள பத்து நிமிசம் கழிச்சு தலகீழா கட்டி தொங்கவிடுங்க" இன்ஸ்பெக்டர்

"சார் தண்ணி சார்" மூன்று பேரில் ஒருவனான சிவா கேட்க

"மூணு பேருக்கும் தண்ணி வேணுமா" இன்ஸ்பெக்டர்

"ஆமா சார்" மூவரும் தலையாட்டினார்கள்

"மூணு பேரும் அவங்கவங்க மூத்திரத்த மாத்தி மாத்திக் குடிங்க" என்றவன் திரும்பி பக்கத்தில் நின்றிருந்த துரைபாண்டியிடம் ஒத்துக்கற வரைக்கும் பச்ச தண்ணி குடுக்காதீங்க என்றபடியே தன் அறைக்குப் போனான் இன்ஸ்பெக்டர்.

தன்னைக்காணக் காத்திருந்தவர்களைப் பார்த்து ரைட்டர் ராமசுப்புவிடம்

உள்ளே கூட்டி வர சொன்னான்

"என்ன விசயம்" இன்ஸ்பெக்டர்

"சார் தடப்பிரச்சன சார். என்னோட வரப்ப அடச்சு வேலி போட்டுருக்கான் சார் எனக்கு பாதை விட மாட்டேங்கறான் சார்" ஒருவன் சொல்ல

"சார் சர்வேயர் வெச்சு அளந்து தான் அத்து போட்டுருக்கேன். வேணா சர்வேயர கேளுங்க சார்" மற்றொருவன் சொல்ல

இருவரையும் மாறி மாறி பார்த்தான் இன்ஸ்பெக்டர்.

"இது சிவில் பிரச்சன கோர்ட்டுக்கு போறது தான் நல்லது"

"சார் கோர்ட்டெல்லாம் வேணாம் சார் நீங்களே பாத்து முடிச்சு விடுங்க" முதலாமவன் சொல்ல

அவன் இன்ஸ்பெக்டரின் வழிக்கு வந்து விட்டதை உணர்ந்த ரைட்டர் ராமசுப்பு "இப்போ அடுத்தவனை மெரட்டப் போறான்" என்று தனக்குள் பேசிக்கொண்டான்

அதே போல் இன்ஸ்பெக்டர் மற்றவனை பார்த்து "எந்த சர்வேயர வெச்சு அளந்த.? அளக்கும் போது போலீஸ் பர்மிசன் வாங்குனயா..?" கோவமாய் கேட்டான்

"சார் என் தடத்த அளக்க எதுக்கு சார் பர்மிசன் கேக்கனும்" என்றான்

ஆடு சிக்கிவிட்டது என்று ராமசுப்புக்கு புரிந்துவிட்டது

"ஓ அப்படியா. அருமை" என்றபடியே பக்கத்தில் இருந்த புகார் கொடுத்தவனிடம் "அப்போ நீ ஒண்ணு பண்ணு உன் தடத்துல இருக்கற வேலிய எடுக்க இங்க எதுக்கு வந்த.. நீயே புடுங்கி எரிஞ்சுரு." என்றான் இன்ஸ்பெக்டர்

முன்பு கொஞ்சம் திமிராக பேசியவன் இப்போது பயந்து விட்டான். "சார் சார் நீங்களே இப்படி சொல்லிக்கொடுக்கறீங்க" என்றான்

"ஸ்டேசனுக்கு வந்தா சாத்திட்டு நிக்கனும். உன் இஷ்டத்துக்கு பேசுனா முடிவும் அப்படிதான் இருக்கும்" என்றான். பிறகு இருவரையும் பார்த்து வேலிய இப்போ எடுத்துருங்க. அப்பறமா பைசல் பண்ணிக்கலாம் வேலி போட்ட காச பாதி பாதியா குடுத்துருங்க.. எப்டி..? பாதிப் பாதியா குடுத்துருங்க" என்று அதை மட்டும் அழுத்திச் சொன்னான்.

"புரியலயா" என்று மீண்டும் கேட்டான் இன்ஸ்பெக்டர்

உடனே ராமசுப்பு "சார் குடுத்துருவாங்க சார் விடுங்க சார்" என்றான் நக்கலாக

அதற்குள் இன்ஸ்பெக்டர் அறைக்கு வெளியே காத்திருந்த ஒரு பெண் வாந்தியெடுத்தாள்

"என்னய்யா அது" என்றபடியே இன்ஸ்பெக்டர் வெளியே வர

அதற்குள் ரைட்டர் ராமசுப்பு அருகில் வந்தான். என்னம்மா என்றான்

"சார் மருந்த குடிச்சுட்டா சார் புருசன்காரன் கூட சண்ட சார்" உடன் வந்த வயதான பெண் சொல்ல

"எதே மருந்த குடிச்சுட்டாளா.. டேய் முன்னாடி ஆட்டோ ஏதாச்சும் இருந்தா கூப்புடு. இங்க வாய்யா புடிங்க என்று இரண்டு பேரை வைத்து அந்த பெண்ணை ஆட்டோ ஏற்றி ஆஸ்பத்திரிக்கு அனுப்பி வைத்தான் ராமசுப்பு

"வெசம் குடிச்சா ஆத்துலயோ கெணத்துலயோ விழ வேண்டிது தான மூதேவி.. நேரா இங்க வராளுக. அந்த வேம்படிமாடனை கூப்புடுய்யா" இன்ஸ்பெக்டர் முத்துராஜா கத்தினான்

போலீஸ் ஆகாசவாணி, வேம்படிமாடனை அழைத்துக் கொண்டு வந்தான்.

இன்ஸ்பெக்டரைப் பார்த்ததும் வணங்கி நின்றான் வேம்படிமாடன்

"இந்தா இந்த வாந்திய கழுவி நல்லா தொடச்சு சுத்தம் பண்ணு" என்றான்

சரிங்க சாமி என்று அந்த வாந்தியை கையால் அள்ளி அள்ளி அங்கிருந்த கழிவறையில் ஊற்றி விட்டான் வேம்படிமாடன்

அதைப் பார்த்துக் கடுப்பாகி அங்கிருந்து நகர்ந்து விட்டான் ரைட்டர் ராமசுப்பு.

* * *

"சார் நாங்கதான் கொன்னோம்னு மூணு பேரும் ஒத்துகிடவே மாட்டேங்கறாங்க" எஸ்.ஐ ஜான் பீட்டரும் துரைபாண்டியயும் ஹரிஹரசுதனும் சொல்ல

"யோவ் அவனுக சொன்னா என்ன சொல்லாட்டி என்ன மொதல்ல ரிமாண்ட அனுப்பறதுக்கு ஏற்பாடு பண்ணுங்க. அதெல்லாம் டிஎஸ்பி பேசிக்குவாரு எஸ்பிகிட்ட" என்றான் இன்ஸ்பெக்டர் முத்துராஜா

"சரிங்க சார்" என்று மகிழ்ச்சியாய் கோர்ட்டுக்கு அனுப்ப தேவையானவற்றை வெள்ளை பேப்பரில் கார்பன் காபி வைத்து எழுதத் தொடங்கினார்கள்.

* * *

இரவு

டிஎஸ்பி கண்ணபிரான் ஆபீசுக்கு போன் அடித்தான்

"சார் இன்ஸ்பெக்டர் முத்துராஜா பேசறேன். சந்திரன் பாஸ்கர் சிவா மூணு பேரையும் நீங்க சொன்ன மாதிரி ரிமாண்டுக்கு அனுப்பியாச்சு. கொல செய்யப் பயபடுத்துன கத்திய இவனுக கிட்ட இருந்து கைப்பற்றுன மாதிரி காட்டியாச்சு. அந்த மாசானமுத்துவ தலைமறைவு குற்றவாளியா ரிமாண்ட் ரிப்போர்ட்ல காட்டிட்டேன்"

"அருமை முத்துராஜா. எஸ்.பி கிட்ட அப்பவே சொல்லிட்டேன். குகன்ட்டயும் பேசுனேன். உனக்காக தான் இதெல்லாம் பண்ணோம்னு அவன்ட்ட சொல்லிருக்கேன். ஏன்னா கம்யூனிஸ்ட் உனக்கெதிராதான் போராடறானுங்க. அது பிரச்சன ஆயிரும். அதனால தான் சீக்கிரம் ரிமாண்ட் பண்ணிருக்குனு சொன்னதும் அவன் பயங்கர சந்தோஷம். மூணு லட்சம் குடுத்து விட்டுருக்கான். நைட்டு வீட்டுக்கு வா" டிஎஸ்பி கண்ணபிரான்

"சார் இந்த வேம்படிமாடன்.?" இன்ஸ்பெக்டர் முத்துராஜா

"யோவ் எஸ்பிகிட்ட அதையும் சொல்லிட்டேன். அந்த பொண்ண இவன் தான் பலாத்காரம் பண்ண முயற்சி பண்ணிருக்கான். அந்த பொண்ணு மொரண்டு புடிக்கவும் அடிச்சு கொன்னு தீவெச்சுட்டான். அதான.? சரியாதான சொல்லிருக்கேன்.?" டிஎஸ்பி கண்ணபிரான்

"ரொம்ப சரி சார். அப்ப அதையும் தயார் பண்ணி ரிமாண்டுக்கு அனுப்பிட்டு நைட் ஒரு பத்து மணிக்கு மேல வரேன் சார்" இன்ஸ்பெக்டர் முத்துராஜா

"யோவ் மொதல்ல நீ வாய்யா… வேம்படிமாடன் ரிமாண்ட காலைல பாத்துக்கலாம். நீ கோயம்பத்தூருக்கு டிரான்ஸ்பர் கேட்டது சம்பந்தமா பேச ரிட்டயர்டு தாசில்தார் ஒருத்தர் வராரு. அமைச்சருக்கு ரொம்ப வேண்டியவரு. வந்த உடனே ஆர்டர் வாங்கிரலாம். வாய்யா" என்றார் டிஎஸ்பி கண்ணபிரான்

"சரி சார் வரேன்" என்றவன் அந்த பெண்கொலை சம்பந்தமாக எல்லாம் தயார் செய்ய சொல்லிவிட்டுக் கிளம்பினான்

* * *

"சாமி என் பொஞ்சாதியையும் பேத்தியையும் ஒருவாட்டி பாத்துக்கறேன் சாமி" கெஞ்சினான் வேம்படிமாடன்

"சூ**த மூடிட்டு உக்காருடா தே**ப்பயலே. கொலய பண்ணிட்டு குடும்பத்த பாக்கணுமோ" எட்டி வேம்படிமாடனின் முகத்தில் உதைத்தான் துரைப்பாண்டி

அப்போது வானில் இடி பயங்கராமாக இடிக்க மின்னல் வெட்ட மழை பெய்யும் முன் எழும் மண் வாசம் எழுந்தது

சட்டென வேம்படிமாடன் உடல் துள்ளியது.

"ஏய் தப்பிக்க பாக்கறான் விடாத பிடி" துரைப்பாண்டி கத்த

அங்கிருந்த அத்தனை போலீசும் வேம்படிமாடனை பிடித்துத் தரையில் போட்டு அழுக்க

"யோவ் இது அருள் வந்து ஆடற சாமியாடிய்யா.. அதைக் கூட்டிட்டு வந்து இந்த அட்டூழியம் பண்றீங்களே" ரைட்டர் ராமசுப்பு தலையில் அடித்தார்

"டேய்ய்ய்.. அநியாயம் பண்ற நீங்க அழியப்போறீங்கடா" காவல் நிலையத்தின் தரையில் ஓங்கி அடித்த படி திமிறித் துள்ளியது வேம்படிமாடனின் தேகம்.

10

நள்ளிரவு ஒரு மணி

புலிவலம் காவல் நிலையத்தில் இரவுக் காவலர் வாசலில் துப்பாக்கியுடன் சேரில் அமர்ந்து தூங்கிக் கொண்டிருக்க

உள்ளே லாக் அப்பில் வேம்படிமாடன் உடல் தளர்ந்து மயங்கி கிடந்தான்.

அவனின் காலில் சங்கிலி பிணைக்கப்பட்டு அது அங்ககிருந்த ஜன்னல் கம்பியோடு கட்டி பூட்டப்பட்டிருந்ததால் அவனின் காவலுக்கு இருந்த நல்லுச்சாமியும் ஆகாசவாணியும் உட்கார்ந்தபடியே தூங்கிப்போனார்கள்.

துரைப்பாண்டியும் ஹரிஹரசுதனும் ஓய்வறையில் படுத்து தூங்கிக்கொண்டிருக்க

காவல் நிலைய வாசலில் இருட்டில் நின்று காவல் நிலையத்தையே ஒரு உருவம் பார்த்துக் கொண்டிருந்தது.

மெல்ல அந்த உருவம் காவல் நிலையத்துக்குள் நுழைய

தூரத்தில் நாய் குரைக்கும் சப்தம் கேட்டு வாசலில் தூங்கிக்கொண்டிருந்த சென்ட்ரி போலீஸ் கண் விழித்து பார்த்தவன் ஒரு உருவம் வருவதை பார்த்து சட்டென தன் பக்கத்தில் சுவற்றில் சாய்த்து வைக்கப்பட்டிருந்த ரைபிளை எடுத்து நின்றான்.

குளிக்காத முகமும் கலைந்த தலைமுடியும் அழுக்கேறிப்போயிருந்த வெளிர் நீல நிற சட்டையும் கசங்கிய லுங்கியும் கண்டு ஏதோ குடிகாரன் என்று நினைத்து

"ஏய்.. யாருய்யா நீ.. என்ன வேணும்" என்றான் அந்த போலீஸ்

"ஐயாவ பாக்கனும்" வந்தவன் நிதானமாக பேசினான்

"எந்த ஐயா. காலைல வா. இப்போ எந்த ஐயாவும் இல்ல"

"அப்போ உங்ககிட்டயே சொல்றேன்" என்றான் வந்தவன்.

குடிக்கவில்லை. ஒரு வேளை கஞ்சா அடித்திருப்பானோ என்று யோசித்து முன்னெச்சரிக்கையாக "உள்ளயெல்லாம் வராத அங்கயே நின்னு சொல்லு" என்றான்

"நாலு நாளைக்கு முன்னாடி பங்குனி ஆத்து முள்ளுப்பொதருல ஒரு பொம்பள பொணம் கெடச்சதுல்ல" என்றதும் அந்த போலீஸ்காரன் உண்மையிலேயே பயந்து விட்டான்.

"ஏட்டையா இங்க வாங்க" என்று உள்ளே நோக்கி பலமாகக் கத்தினான்

"அந்த பொம்பளய கொன்னது நான் தான்." என்றான் வந்தவன்

இப்போது மிக அதிகமாகவே பதட்டமாகிவிட்டான் அந்த போலீஸ்

அதற்குள் உள்ளே இருந்து தூக்கக் கலக்கத்தில் வெளியே வந்த நல்லுச்சாமி "என்னப்பா என்னாச்சு" என்றான்.

"ஏட்டையா இவன் என்னமோ சொல்றான். கேளுங்க" என்றான்

"என்னடா.. யார்ரா நீ இந்த நேரத்துல போலீஸ் ஸ்டேசன்ல என்னடா வேல உனக்கு.?" அவனின் அருகில் வந்து நின்றான் நல்லுச்சாமி

அந்த போலீஸ்காரனிடம் சொன்னதையே இவனிடமும் சொன்னான்

"என்னய்யா ஒளர்ற" நல்லுச்சாமியின் தூக்க கலக்கம் இப்போது போயிருந்தது

"ஆமாய்யா நான் தான் அவளைக் கொன்னேன்" வந்தவன் சொன்னதும் சற்று உஷாராகி அவனை இருவரும் உள்ளே கூட்டிச்சென்றார்கள்.

சென்ட்ரி போலீஸ் அனைவரையும் எழுப்பிக் கூட்டி வந்தான்.

நல்லுச்சாமி விசாரித்துக் கொண்டிருந்தான்

"ஏன் கொன்ன. அவ உனக்கு என்ன வேணும்"

"ஐயா என் பேரு காமராசு. நான் சமயபுரத்துல ஆட்டோ ஓட்டறேன். அவ பேரு சுமதி. என்

பொஞ்சாதி தான் அவ. எங்க கல்யாணத்துக்கு அப்பறம் அவளுக்கு எங்க பக்கத்துல குடியிருந்த ஒரு கட்டட மேஸ்திரி கூட பழக்கம் ஆயிருச்சு. அத நிப்பாட்ட சொன்னேன். கேக்கல. அன்னைக்கு சங்கிலி கருப்பன் திருவிழா பாக்க கொணலை வந்தோம். அவளோட ஊரு மணச்சநல்லூரு தான். அங்க அந்த மேஸ்திரியும் வந்திருந்தான். அத பத்திக் கேட்டேன். எங்க ரெண்டு பேருக்கும் சண்டையாயிருச்சு. என்னோட ஆட்டோல திரும்ப போகும்போதும் சண்ட ரொம்ப அதிகமாயிருச்சு. அதனால பங்குனி ஆத்துக்கு பின்னாடி ஒண்ணுக்கு போக வண்டி நிப்பாட்டற மாதிரி நிறுத்தி அவளை கொன்னுட்டேன். போலீஸ் என்ன புடிக்காம இருக்க அவ மூஞ்சிக்கு தீ வெச்சுட்டேன். அப்பறம் சமயபுரம் ஸ்டேசன்ல பொஞ்சாதிய காணோம்னு மனு கொடுத்தேன்" அவன் மிக சாவகசமாக சொன்னான்

அதைக்கேட்டு அங்கிருந்த அத்தனை போலீசும் அதிர்ச்சியாகிவிட்டார்கள்.

"அப்பறம் ஏன் இப்ப நீயா வந்து சொல்ற" நல்லுச்சாமி கேட்க

"அதுக்கப்பறம் என்னால நிம்மதியா தூங்க முடியல. கனவுல அவ வந்து என்ன பயமுறுத்தறா" என்றான்

"ஏட்டையா உடனே இதை இன்ஸ்பெக்டர்கிட்ட சொல்லுய்யா" நல்லுச்சாமி அருகிலிருந்த துரைப்பாண்டியிடம் சொல்ல

துரைப்பாண்டி திரும்பி லாக் அப்பைப் பார்த்தான்

அங்கே வேம்படிமாடன் அதே நிலையில் படுத்துக் கிடந்தான்.

பின் மெல்ல ரிசீவரை எடுத்து இன்ஸ்பெக்டர் வீட்டுக்கு டயல் செய்தான். நீண்ட நேரம் ரிங் ஆகி மறுமுனையில் எடுத்ததும் " ஐயா நான் ஏட்டு துரைப்பாண்டி பேசறேன்" என்றான்

"என்னய்யா" என்றான் இன்ஸ்பெக்டர் முத்துராஜா

நடந்த விவரத்தை சொன்னான்

"சரி அவனை பத்திரமா பக்கத்து லாக் அப்ல வெய்யி காலைல நான் வந்து பேசிக்கலாம்" என்று போனை கட் செய்தான்

ரிசீவரை கீழே வைத்த துரைப்பாண்டி அங்கிருந்த மற்றவர்களுக்கு உத்தரவு கொடுத்தான்

ஆகாசவாணி அவனை அழைத்துக் கொண்டு பெண் சிறை லாக் அப்பில் அடைத்துக் கதவை சாத்தினான்

துரைப்பாண்டியைப் பார்த்து ஹரிஹரசுதன் கேட்டான்

"யோவ் என்னய்யா இது. அப்போ வேம்படிமாடன் அந்த பொம்பளைய தீ வெச்சத பாத்த ஆளு இருக்குனு சொன்ன.. இப்போ கதையே மாறுது"

"யோவ் என்கிட்ட பாத்த சாட்சி இருக்குய்யா. காலைல இங்க வருவான்" என்றான் துரைப்பாண்டி

"நெஜமாவா.?" ஹரிஹரசுதன்

"ஆமாய்யா" துரைப்பாண்டி

எதுவும் பேசாமல் நகர்ந்தான் ஹரிஹரசுதன்

காலை 4 மணிக்கு மீண்டும் அலறல் சத்தம்

"அய்யோ ஏட்டையா இங்க வாங்க" ஆகாசவாணியின் சத்தம் கேட்டு படார் படாரென்று டேபிள் சேர்களை தள்ளிவிட்டு அனைவரும் ஓடிவந்தார்கள்

"என்ன.. என்ன.. என்னாச்சு" துரைப்பாண்டி கேட்க

இங்க பாருங்க என்று கை காட்டினான்

அங்கே கழிவறையில் தன் லுங்கியில் தூக்கு மாட்டித் தொங்கிக் கொண்டிருந்தான் காமராசு.

"யோவ் பரதேசி அறிவிருக்கா உனக்கு. இப்படியா அஜாக்கரதயா இருப்ப. உசுரு இருக்கா பாரு" ஹரிஹரசுதன் ஆகாசவாணியை திட்ட

அவனும் நல்லுச்சாமியும் காமராசுவை கீழே இறக்கினார்கள்

"ஏட்டையா உசுரு இல்ல" நல்லுச்சாமி

அனைவருக்கும் பயம் தொற்றிக்கொண்டது

துரைப்பாண்டி அவசர அவசரமாய் டெலிபோன் அருகில் சென்று இன்ஸ்பெக்டருக்கு போன் செய்தான்.

எதிர்முனை பதிலே இல்லை

11

"மா**ரி மாரி" என்று அரற்றினாள் காத்தாயி

"ஆத்தா" என்று தூக்கத்தில் இருந்து எழுந்து வந்து காத்தாயி பக்கத்தில் உட்கார்ந்தாள் ஆதிமாரி

"மாரி ஆத்தாக்கு நெஞ்சு கரிக்குது கொஞ்சம் தண்ணி குடுக்கறயா" என்றாள் காத்தாயி

சரி ஆத்தா என்று எழுந்து அங்கிருந்த குடத்தை சாய்த்து அலுமினிய க்ளாசில் நீரைப்பிடித்தாள். நிச்சயம் காலையில் உலை வைக்க நீர் இருக்காது என்பதை அந்த குடம் சாய்ந்த அளவே சொல்லியது.

ஆதிமாரி கொடுத்த தண்ணீரைக் குடித்தபடி கேட்டாள். "மாரி பசிக்குதா.?"

"இல்ல ஆத்தா மத்யானம் சாப்ட்டதே வயிறு நெறய இருக்கு. பசிக்கல" என்றாள்

"மாரி ஆத்தா காலைல இட்லி சூடா வாங்கித்தரேன். இப்போ தூங்கு சரியா.?" காத்தாயி

"ஆத்தா நாளைக்குப் பள்ளிக்கூடம் போட்டா?" ஆதிமாரி கேட்டதும்

சரித்தா நீ போ. நாளைக்கு நீ பள்ளிக்கூடம் விட்டு வரதுக்குள்ள தாத்தா வீட்டுக்கு வந்துரும் என்று தன் பக்கத்தில் படுத்த ஆதிமாரியின் தலையை வருடி கொடுத்தபடியே தூங்காமல் படுத்திருந்தாள்.

விடியட்டும். உதவிக்கு வேலுச்சாமி மூலம் ஆட்கள் வருவதாக சொல்லியிருக்கிறார்கள். முதல் வேலையாக காவல் நிலையம் சென்று வேம்படிமாடனை எப்பாடுபட்டாவது அழைத்து வர வேண்டும் என்று நினைத்துக் கொண்டாள்

"யெய்யா கருப்பா உன் உண்டியலதாய்யா ஒடைக்கப் போறேன். கோவிச்சுக்காதய்யா" மனதுக்குள் வேண்டியவள் அப்படியே உறங்கிப் போயிருந்தாள்.

* * *

மணி காலை நாலரை இருக்கும்.

ஜீப்பை இன்ஸ்பெக்டர் முத்துராஜாவே ஓட்டிக்கொண்டு வந்தான்

காவல் நிலைய வாசலில் நிறுத்தி விட்டு வேகவேகமாக உள்ளே ஓடி வந்தான்

அங்கே இன்ஸ்பெக்டர் அறையில் அவனுக்கு முன்பே வந்து சேர்ந்திருந்த எஸ்.ஐ ஜான். ஏட்டுகள் துரைப்பாண்டி ஹரிஹரசுதன், போலீஸ் நல்லுச்சாமி, ஆகாசவாணி நின்றிருந்தார்கள்.

இன்ஸ்பெக்டரைப் பார்த்ததும் நடந்த விவரங்களை அவனிடம் சொன்னார்கள்.

"யோவ் என்னய்யா இது பெரிய தலைவலியா போச்சு. எதுக்கு வந்து சரண்டர் ஆனான் எதுக்கு தூக்கு மாட்டி செத்தான். ச்சை.. பாடி எங்கய்யா இருக்கு." இன்ஸ்பெக்டர் முத்துராஜா கேட்டதும்

எல்லோரும் அவனைக் கூட்டிக்கொண்டு காவல் நிலைய கழிவறைக்கு அருகில் உள்ள ஓய்வறைக்கு சென்றார்கள்

அங்கே தரையில் மல்லாக்க படுக்க வைக்கப்பட்டிருந்தது காமராசுவின் பிரேதம்

"ஏய்யா ஒண்ணுக்கு போகும்போது கூடவே நிக்கனும்னு தெரியாதா.?" இன்ஸ்பெக்டர் கடுப்பாக அவர்களைப் பார்த்தான்

"ஸ்டேசன்ல அக்யூஸ்டு நைட்டு வெச்சுருக்கோம். அதுக்காகதான் இத்தனபேரைநெட்டுடூட்டிபோட்டேன். எதுக்கு போட்டேன்.? உக்காந்து ஊ**பறக்கா.? இப்போ மொத்தமா நாம எல்லாம் கூண்டோட ஜெயிலுக்கு போகப்போறோம்" ஆவேசத்தில் கத்தினான் இன்ஸ்பெக்டர் முத்துராஜா

ஜெயிலுக்கு போகப்போறோம் என்றதும் அவர்களுக்குள்ளயே மாறி மாறி ஒருவரை ஒருவர் குற்றம் சாட்டி சண்டை போடத் தொடங்கினர்

அதைப்பார்த்ததும் "யோவ் வாயழுடிட்டு சும்மா இருங்கய்யா" என்று சொல்லிவிட்டு இன்ஸ்பெக்டரை பார்த்து "சார் கோவப்படாதீங்க. நீங்க தான் ஹெல்ப் பண்ணி எல்லோரையும் காப்பாத்தனும்" எஸ்.ஐ ஜான் பீட்டர் மெதுவாகப் பேசினான்.

"யோவ் கோவபடாம இப்போ என்னய்யா செய்யறது. கன்ட்ரோல் ரூமுக்கு தகவல் எதும் சொன்னிங்களா" என்றான்

"இல்லய்யா இன்னும் யாருக்கும் தெரியாது." ஏட்டு ஹரிஹரசூதன்

"வேம்படிமாடன் எங்க..? இருக்கானா இல்ல ஓடிட்டானா" இன்ஸ்பெக்டர்

"தூங்கிட்டு இருக்கான்யா" ஏட்டு துரைப்பாண்டி

"சரி நான் சொல்றத நல்லா கேளுங்க" என்று விவரித்தான் இன்ஸ்பெக்டர்

அனைவரும் அதிர்ச்சியானார்கள். ஆனாலும் அந்த நேரத்தில் வேறு வழி இல்லாததால்

"ஐயா நீங்க என்ன சொன்னாலும் சரி" என்றார்கள்

"உன்னால இப்ப எவ்ளோ பிரச்சன பாரு" என்று ஆகாசவாணியைப் பார்த்து சொல்லிவிட்டு "சரி நான் சொன்ன மாதிரி பண்ணுங்க" என்று அவர்கள் அனைவருக்கும் சொல்லிவிட்டு

"காலைல 8 மணிக்கு எல்லோரும் வந்தரனும். இது பத்தி மூச்சு விடக்கூடாது" என்று இன்ஸ்பெக்டர் புறப்பட்டான்.

* * *

விடிந்ததும் காத்தாயி எழுந்து காலி குடத்தை எடுத்துக் கொண்டு தெரு முக்கில் உள்ள சிகாமணி டீக்கடைக்குச் சென்றாள்

"வா காத்தாயி. உம்புருசன் விட்டாங்களா" வயதான சிகாமணி பாய்லரைக் கழுவிக்கொண்டே கேட்டார்

"இல்லண்ணே... இன்னைக்கு தான் போகணும்."

"பால் இன்னும் காச்சல. டீ அப்பறமா தா போட முடியும்" சிகாமணி

"அண்ணே டீ வேண்டா. அரைக் கொடம் தண்ணி குடுத்தீங்கன்னா உலை காச்சி கஞ்சி வெச்சுருவேன்." காத்தாயி

"ஆதிமாரி பள்ளிக்கூடம் போறாளா" என்றபடியே ரெண்டு வர்க்கியை பழைய நியூஸ் பேப்பரில் வைத்து கட்டி காத்தாயிடம் கொடுத்து வாசலில் கூட்டிக் கொண்டிருந்த தன் கடையில் வேலை செய்யும் பையனை அழைத்து "டேய் இந்த கொடத்த நெரப்பி இவிங்க வீட்டுல கொண்டு போயி வெச்சுட்டு வா" சிகாமணி

"ரொம்ப நன்றிண்ணே" காத்தாயி

"நன்றி எல்லாம் எதுக்கு காத்தாயி... வேம்பு நம்ம கருப்புசாமிய சொமந்துட்டு திரியறவன். அவன் இல்லாம நீயும் புள்ளயும் கஷ்டப்படும்போது உதவலேன்னா அப்பறம் என்ன மனுசத்தனம்.? மத்தவங்க பசிய ஆத்தாம கண்ணாடி டப்பாக்குள்ள ஈ மொச்சுட்டு இருக்கற இந்த பொருளால யாருக்கு என்ன லாபம்.? நீ கெளம்பு காத்தாயி. எல்லாம் நல்லதே நடக்கும்" சிகாமணி

சிகாமணியை நினைத்து காத்தாயியின் நெஞ்சு நிறைந்தது. அதே சமயம் அரச வர்க்கத்தின் மூர்க்கத்தனமும் அவள் கண்முன் வந்து போனது

"கருப்பா நீ இருக்கற வரை எங்களுக்கு ஒரு கொறையும் இல்ல. யாராச்சும் ரூபத்துல வந்து

காப்பாத்திடுற" மனதுக்குள் கருப்பனுக்கு நன்றி சொன்னபடி நடந்தாள் காத்தாயி

ஆதிமாரி எழுந்து பள்ளிக்கூடத்துக்குத் தயாராவதற்குள் சூடாக கஞ்சியும் மட்டை ஊறுகாயும் தயாராக்கி வைத்திருந்தாள் காத்தாயி

நன்றாக வயிறு நிறைய கஞ்சி குடித்து பள்ளிக்குப் புறப்பட்டவளிடம் "மாரி இந்தா பசிக்கும்போது இந்த வர்க்கிய சாப்டுக்கோ"

"ஆத்தா நீயும் சாப்டு. பாத்ரமெல்லாம் நான் வந்து தேச்சு தரேன். நீ தாத்தாவ கூட்டிட்டு வந்துரு ஆத்தா. தாத்தா இல்லாம எனக்கு தூக்கமே வர மாட்டேங்குது ஆத்தா" எட்டு வயதிலேயே பொறுப்பாக பேசும் ஆதிமாரியை நெஞ்சோடு அணைத்து கன்னத்தில் முத்தம் கொடுத்து அனுப்பி வைத்தாள் காத்தாயி.

* * *

காலை 10:00 மணி

புலிவலம் காவல் நிலையம் பரபரப்பாக இருந்தது

"யாரு.?" இன்ஸ்பெக்டர் தலையைத் தூக்கிப் பார்த்தாள்

காத்தாயி நின்றிருந்தாள்

அவளை அடையாளம் கண்டு கொண்ட இன்ஸ்பெக்டர் "என்ன வேணும்" என்றான்

"சார் இவங்க கணவரை மூணு நாளா கஸ்டடி வெச்சுருக்கீங்க எந்த தகவலும் சொல்ல மாட்டேங்கறீங்க" காத்தாயியுடன் வந்த தீக்கதிர் பாலு கேட்க

பாலுவை பார்த்த இன்ஸ்பெக்டரிடன் மெதுவாக சொன்னான் "இங்க பாருங்க பாலு இந்தம்மா புருசன் சுமதினு ஒரு சமயபுரத்து பொண்ண கொலசெஞ்சிருக்காரு. அத ஒத்துக்கிட்டாரு. அதனால கைது பண்ணி ரிமாண்ட் பண்ணிருக்கோம். திருச்சி மத்திய சிறையில் அடச்சுருக்கோம்"

"அத ஏன் சார் இந்தம்மாகிட்ட சொல்லல" தீக்கதிர் பாலு

"இன்னைக்கு காலைல போலீஸ் வீட்டுக்கு அனுப்பிருந்தனே. வீட்டுல ஆளு இல்லேன்னு தகவல். அதனால ரிமாண்ட் அனுப்பியாச்சு" இன்ஸ்பெக்டர்

காத்தாயிக்கு உலகமே இருண்டது போல தலை சுற்றத் தொடங்கியது

"வேம்படிமாடன் தான் கொல செஞ்சதுக்கு ஆதாரம் என்ன இருக்கு சார்.?" தீக்கதிர் பாலு கேட்டதும்

"பாலு அதெல்லாம் கோர்ட்ல சொல்லிருவோம். நீங்க ஒண்ணு பண்ணுங்க. கோர்ட்ல வேம்படிமாடனுக்காக ஆஜராகி இந்த கேள்வி எல்லாம் கேளுங்க" தன் மீது புகார் மேல் புகார் அனுப்பிவரும் தீக்கதிர் பாலுவை இது தான் சமயம் என்று கேலி செய்தான் இன்ஸ்பெக்டர்.

"சார் உங்க யூனிஃபார்ம் உயர்சாதிக்கும் மேல்மட்டத்துக்கும் எப்படி வளையுதுன்னு பாத்துட்டு தான் வரேன். இதுக்கெல்லாம் நீங்க பதில் சொல்ல வேண்டியிருக்கும்" சொன்ன தீக்கதிர் பாலுவை பார்த்து

"பதில் தான...? சொல்லிட்டன்ல. கெளம்புங்க" என்றான் இன்ஸ்பெக்டர் முத்துராஜா

காத்தாயியை அழைத்துக் கொண்டு வெளியேறினான் பாலு

"அம்மா கவலப்படாத. நீ வீட்டுக்கு போ. நான் இவனுக மேல புகார் மனு அனுப்பறேன். திங்கக்கெழம ஜெயில்ல மனு போட்டுப் பாக்கலாம்" என்று சொல்லிவிட்டு காத்தாயியின் கையில் இருபது ரூபாயைக் கொடுத்து விட்டு அங்கிருந்து நகர்ந்தான் தீக்கதிர் பாலு

* * *

உலகமே சட்டெனத் தன்னை விட்டு விலகியது போல இருந்தது. இந்த முப்பத்தைந்து வருட திருமண வாழ்வில் வேம்படிமாடனை பிரிந்து இருந்ததே இல்லை காத்தாயி.

எல்லா வேலையும் அவனே இழுத்துப் போட்டு செய்வான். அதனாலேயே காத்தாயிக்கு எதுவுமே தெரியாமல் போனது. ரேசன் கடைக்குக் கூட காத்தாயியை அனுப்பமாட்டான் வேம்படிமாடன்.

வேம்படிமாடன் வரும் வரை இந்த வயதில் இனி எல்லா வேலையும் பழக வேண்டும் என்று நினைக்கும்போது முதல் முறையாக பயம் அவளை ஆக்ரமித்தது. அதுவே அவளுக்கு பெரிய பாரமாகிப் போனது.

கணவன் இருந்தும் மகன் இருந்தும் அனாதையாகும் சூழல் உண்மையிலேயே கொடுமையானது.

மெதுவாக நடந்து நடந்து தன் குடிசைக்கு வந்து சேர்ந்தாள்.

கருப்பனின் படத்துக்கு முன்பு அப்படியே அமர்ந்து விட்டாள்.

வேம்படிமாடனை கூட்டி வந்த பிறகு இருவரும் குடிக்கலாம் என்று எடுத்து வைத்த கஞ்சி அப்படியே ஆறிப்போயிருந்தது.

மதியம் வீட்டுக்கு வரும் ஆதிமாரிக்கு என்ன பதில் சொல்வது.? மனசு என்னவோ செய்ய பேசாமல் சுருண்டு படுத்தாள் காத்தாயி

12

இன்ஸ்பெக்டர் முத்துராஜாவுக்கு எதிராக மீண்டும் போராட்டம் அறிவித்தான் தீக்கதிர் பாலு

"போடாதே போடாதே பொய் வழக்கு போடாதே வாங்காதே வாங்காதே லஞ்சம் வாங்காதே"

கோஷங்கள் எழுப்பி கலெக்டர் அலுவலம் முன்பு போராடும் தீக்கதிர் பாலுவின் மனுவை வாங்கிபார்த்த கலெக்டர் அருகில் இருந்த உதவியாளரிடம்

"எஸ்.பிக்கு போன் போடுங்க" என்றார்

அலுவலக போனிலிருந்து எஸ்.பிக்கு டயல் செய்தார் உதவியாளர்

மறுமுனை தொடர்புக்கு வந்ததும் விவரம் சொல்லி

பின் "ஐயா எஸ்.பி பேசறாரு" என்று போனை கலெக்டரிடம் கொடுத்தார்.

"சார் வணக்கம், புலிவலம் இன்ஸ்பெக்டர் மேல தொடர்ந்து புகார் வந்துட்டே இருக்கு. கொஞ்சம்

விசாரிங்க” என்று நடந்த விவரத்தை எஸ்பியிடம் விவரித்தார் கலெக்டர்

எதிர்முனை பதில் அளித்ததும்

“நன்றி சார்” என்று ரிசீவரை உதவியாளரிடம் கொடுத்தார் கலெக்டர்

“பாலு இந்த தடவ கண்டிப்பா நடவடிக்கை எடுப்பாங்க”

“ரொம்ப நன்றி சார்” தீக்கதிர் பாலு

* * *

எஸ்.பி அலுவலகம்

“கண்ணபிரான் ஏகப்பட்ட பெட்டிசன் இன்ஸ்பெக்ட்ர் முத்துராஜா மேல. என்ன இப்படி இருக்கான் அந்த இன்ஸ்பெக்டர்? போராட்டம் பண்ற அளவுக்கா லஞ்சம் வாங்குவான்” எஸ்பி கோவமாய் கேட்க

“சார் நல்லா வேல பார்ப்பான் சார்.” டிஎஸ்பி கண்ணபிரான் சமாளிக்க

“யாருக்கு லஞ்சம் குடுக்கறவங்களுக்கா?” எஸ்பி சிரிக்க

“சார் கம்யூனிஸ்டுக்கும் அவனுக்கும் ஒத்துப்போகல.” டிஎஸ்பி கண்ணபிரான்

“அப்போ அவன் ஒழுங்கா வேலை பாக்கலனு அர்த்தம். லோக்கல் கம்யூனிஸ்டுக கூட்டிட்டு வர பெட்டிசன் பார்ட்டி எல்லாம் தொண்ணூறு சதவீதம் ஏழிக தான். அதுல நீ சரியா செயல்படலேன்னா போராடத்தான் செய்வானுங்க” எஸ்பி கருப்பையா

"இல்ல சார் கம்யூனிஸ்டுகளும் யோக்கியம் எல்லாம் கெடையாது சார்" டிஎஸ்பி கண்ணபிரான்

"யோவ் யோக்கியன் அயோக்கியன் இந்த விவாதத்துக்குள்ளயே போக வேண்டாம். இங்க ஒரு பிரச்சனய நாம எப்படி விசாரிக்கறோம்ங்கறது தான் முக்கியம். தப்பா விசாரிச்சா அயோக்கியன் முன்னாடி கூட தல குனிஞ்சு தான் நிக்கணும். அப்பறம் இன்ஸ்பெக்டர் முத்துராஜா மேல உளவுத்துறை ரிப்போர்ட்டும் இருக்கு. அந்த ஸ்டேசன்ல ஏதோ தப்பு நடந்துருக்குனு ரிப்போர்ட் போயிருக்கு. என்னனு விசாரிக்கணும். இப்போ முத்துராஜாவ மாத்த சொல்லி ஜஜியும் சொல்லிட்டாரு. வேற யார போடலாம்.?" எஸ். பி

"சார்... பார்த்திபனை போடலாம் சார்." டிஎஸ்பி

அதற்குள் போலீஸ் ஒருவன் ஓடிவந்து "ஐயா ஜஜி போன்ல இருக்காரு"

உடனே தன் முன் இருந்த போனை எடுத்து "சார் குட் மார்னிங் சார்" என்றார் எஸ்பி கருப்பையா

"அப்படியா சார். யெஸ் சார். தெரியும் சார். கேள்விபட்டுருக்கேன் சார். ஒகே சார்" போனை வைத்த எஸ்பியையே பார்த்துக் கொண்டிருந்தான் டிஎஸ்பி கண்ணபிரான்

"யோவ் புலிவலத்துக்கு இன்ஸ்பெக்டரை போட்டுட்டாங்க" எஸ்பி

"யாரு சார்"

"இன்ஸ்பெக்டர் சத்யவரதன்"

அந்த பெயரைக் கேட்டதும் டிஸ்பியின் முகம் களையிழந்தது

* * *

பள்ளிக்கூடம் முடிந்து ஓட்டமும் நடையுமாக ஓடிவந்தாள் ஆதிமாரி

தாத்தாவைப் பார்க்கப் போகிறோம் என்ற மகிழ்வில் மூச்சு வாங்க ஓடிவந்தாள் ஆதிமாரி

குடிசைக்குள் வேகவேகமாக நுழைந்தாள்

அங்கே தாத்தா இல்லாமல் காத்தாயி மட்டும் படுத்திருப்பதைப் பார்த்ததும் ஏமாற்றமாய் இருந்தது ஆதிமாரிக்கு.

"ஆத்தா.. அப்புச்சி எங்க காணோம்.?" ஆதிமாரியின் குரல் உடைந்து அழுதுவிடும் தொனியில் இருந்தது.

"ஆத்தா என்ன டேசனுக்கு கூட்டிட்டு போத்தா... நான் அப்புச்சிய பாக்கணும்" ஆதிமாரி

நிசப்தம் மட்டுமே பதிலாய் இருந்தது. அவளைத் தொட்டு எழுப்பினாள் ஆதிமாரி

உடல் சில்லிட்டு காத்தாயியின் உயிர் பிரிந்திருந்தது

அதை புரிந்து கொள்ள சில நிமிடங்கள் ஆனது ஆதிமாரிக்கு

அழுதபடியே தெருவுக்கு வந்து சிகாமணி கடைக்கு ஓடினாள்

சிகாமணியைப் பார்த்து ஆத்தா ஆத்தா என்று தேம்பி தேம்பி அழுதாள்

நிலைமையை புரிந்து கொண்ட சிகாமணி தன் கடை வேலைக்கார பையனையும் கடையில் இருந்த இருவரையும் கூட்டிக்கொண்டு குடிசைக்கு விரைந்தார்.

அங்கே அவர்கள் காத்தாயியை தூக்கி நாடி பிடித்துப் பார்த்தார்கள். அது வேம்படிமாடனுக்காகவே துடித்து அடங்கியிருந்தது.

"கருப்பா என்ன சோதனை இது. இந்த பொட்டப்புள்ளைய நீ தாய்யா காப்பாத்தனும்." சிகாமணி வேண்டியபடி அங்கு வந்த தன் மனைவியிடம் ஆதிமாரியை தங்கள் வீட்டுக்குக் கூட்டிக்கொண்டு போகச் சொன்னான்

"யப்பா சாதி சனத்துக்கு எல்லாம் சொல்லி அனுப்புங்க." சிகாமணி சொன்னதும் ஊர்க்காரரில் ஒருவர் "மொதல்ல பாலுகிட்ட சொல்லுங்க அவரு வேம்படிமாடனை செயில்ல இருந்து கூட்டிட்டு வர உதவி செய்வாரு" என்றதும் அனைவருக்கும் அது சரியெனப்பட்டது.

* * *

புலிவலம் காவல் நிலையம்

புதிதாக பொறுப்பேற்ற இன்ஸ்பெக்டர் சத்யவரதன் முன்பு அனைவரும் நின்றிருந்தார்கள்

"எல்லோருக்கும் வணக்கம். நான் சத்யவரதன். சில பேர் கேள்விபட்டுருப்பீங்க. சில பேர் இனிமே தெரிஞ்சுகுவீங்க. உங்கள எல்லாம் ஒவ்வொருத்தரா

அறிமுகம் செய்ய வெக்க நேரம் இல்லை. எல்லோரும் அவங்கவங்க டூட்டிய பாருங்க."

"யெஸ் சார்" எஸ்.ஜெ ஜான் பீட்டர்

"ரைட்டர் யாரு" சத்யவரதன் கேட்க

சல்யூட் அடித்து முன்னே வந்தார் ராமசுப்பு

"டூட்டி எல்லோருக்கும் கரெக்டா போடனும். வேண்டியவன் வேண்டாதவன் சாதி மண்ணாங்கட்டி எல்லாம் பாத்து போடக்கூடாது. ஸ்டேசன்ல பேப்பர் இல்ல, கார்பன் இல்ல, இங்க் இல்லனு பொதுமக்கள்ட்ட பிச்ச எடுக்கக் கூடாது. இந்த போலீஸ் வேல எல்லோருக்கும் கெடைக்காது. கெடச்ச புனிதமான வேலைய காசுக்காக வித்தா அவன் அதுக்கப்பறம் நிம்மதியா இருக்க நான் விடமாட்டேன். உங்களுக்கு ஏதாச்சும் தனிப்பட்ட பிரச்சன இருந்தாலும் தாராளமா என்கிட்ட எப்போ வேணா சொல்லலாம்" சத்யவரதனின் அந்த அதட்டலான உத்தரவு எல்லோருக்கும் புளியைக் கரைத்தது. ராமசுப்புவுக்கு மட்டும் உள்ளூரக் கொண்டாட்டமாகிப் போனது.

"டிஎஸ்பியயும் எஸ்பியயும் பாத்துட்டு வரேன் ஸ்டேசன பாத்துக்கோங்க" என்று எஸ்.ஜெயை பார்த்து சொல்லிவிட்டுப் புறப்பட்ட சத்யவரதனுக்கு விரைப்பாய் ஒரு சல்யூட் அடித்த ராமசுப்புவை பார்த்து புன்முறுவல் செய்தபடி புறப்பட்டான் சத்யவரதன்

* * *

"என்ன சத்யவரதன் எப்படி இருக்க.? திடீர்னு ஸ்டேசன்ல போட்டதும் கொழப்பமாயிறாத.

ஏன்னா இது காவலர் பயிற்சி பள்ளி மாதிரி க்ளாஸ் எடுத்துட்டு இருக்கற இடம் இல்ல." தன்னைப் பார்க்க வந்த இன்ஸ்பெக்டர் சத்யவரதனை கேலி செய்தான் டிஎஸ்பி கண்ணைபிரான்

"கொழப்பமாத்தான் இருக்கு சார்" என்றவனை குழப்பமாக பார்த்தார் டிஎஸ்பி.

சத்யவரதனே தொடர்ந்தான் "ட்ரெயினிங்ல நல்லா இருந்தானுக. இங்க வந்து பாத்தா முழுதிருடனா மாறி நிக்கறானுக சார்" என்று டிஎஸ்பியை பார்த்து சிரித்தான்

அவன் தன்னைத் தான் மறைமுகமாக சொல்கிறான் என்று புரிந்து கொண்டார் டிஎஸ்பி

"அப்பறம் சார் நான் ஸ்டேசன்ல எப்படி வேலை பார்ப்பேன்னு உங்களுக்கு நல்லாத் தெரியும். ஏன்னா தேனி கடமலைக்குண்டு போலீஸ் ஸ்டேசன்ல நீங்க இன்ஸ்பெக்டர் நான் எஸ்.ஐ. மறந்துருக்கமாட்டீங்கனு நெனக்கறேன்" என்று சொல்லிவிட்டு சல்யூட் அடித்துப் போகும் சத்யவரதனையே பார்த்துக் கொண்டிருந்த டிஎஸ்பி கண்ணபிரானுக்கு

ஆறு வருடம் முன்பு கடமலைக்குண்டு போலீஸ் ஸ்டேசனில் "புது எஸ்.ஐ அவனுக்கும் காசு கொடுக்கனும்" என்று சத்யவரதன் பேரைச் சொல்லி சாராய வியாபாரியிடம் எக்ஸ்ட்ரா காசு வாங்கியதற்கு இன்ஸ்பெக்டர் ரூமுக்குள் வந்து தன் சட்டையை கொத்தாகப் பிடித்து அந்தக் காசை வாங்கி சாராய வியாபாரியிடமே திருப்பிக் கொடுத்ததுமில்லாமல் சாராயக்காரனையும் அடித்து ரிமாண்ட் செய்தது கண் முன் வந்து போனது. அதற்கு பிறகு சில வருடங்களில்

பல டிரான்ஸ்பர்கள் பெற்று கடைசியாக பி.ஆர்.எஸ் என்னும் காவலர் பயிற்சி பள்ளியில் ஆசிரியராக இடம் மாற்றம் செய்யப்பட்டிருந்த சத்யவரதன் நீண்ட நாட்களுக்கு பிறகு ஸ்டேசன் டூட்டிக்கு வந்திருக்கிறான் என்பதைவிட இன்னும் அப்படியே தான் இருக்கிறான் என்று நினைத்து வியந்தான் கண்ணபிரான்.

* * *

எஸ்.பி அலுவலகம்

"வாய்யா சத்யவரதன். ரொம்ப நாளைக்கு அப்பறம் ஸ்டேசன் டூட்டி. எப்படி இருக்க.?" எஸ்.பி கருப்பையா

"சார் நல்லா இருக்கேன் சார். நீங்க எப்படி இருக்கீங்க சார்." சத்யவரதன்

"நல்லா இருக்கன்யா. என்ன உன்ன மாதிரி நல்ல இன்ஸ்பெக்டருக கெடச்சா இன்னும் ஃப்ரீயா நல்லா இருப்பேன்" சிரித்தார் எஸ்.பி

"சார் மேடம் எப்படி இருக்காங்க. தம்பி காலேஜ் முடிச்சுட்டானா.?" சத்யவரதன்

"எல்லோரும் நல்லா இருக்காங்க. தம்பிய லயோலாலயே எம்.பி.ஏ சேத்துட்டேன். ஓகே சத்யவரதன். அங்க புலிவலம்ல பழைய இன்ஸ்பெக்டர் மேல ஏகப்பட்ட புகார். நீயும் கொஞ்சம் விசாரிச்சுருப்பனு நெனக்கறேன். இங்க திருச்சியப் பொறுத்த வரை மினிஸ்டரும் மாவட்டமும் தான் எல்லா ஸ்டேசன் இன்ஸ்பெக்டருகளயும் கைக்குள்ள

போட்டு ஆடிட்டு இருக்கானுக. அதுல புலிவலம் கொஞ்சம் அதிகமாவே போயிருச்சு. அதனால தான் ஜிஜி கிட்ட பேசி விசயத்த சொன்ன உடனே உன் பேர தான் ரெக்கமெண்ட் பண்ணுனாரு. கடைசி ரெண்டு மர்டர் கேஸ்ல அந்த ஸ்டேசன்ல ஏதோ தப்பு நடந்துருக்கு. கொஞ்சம் நல்லா விசாரி" எஸ்பி கருப்பையா

"சார் நான் பாத்துக்கறேன். இனி அந்த ஸ்டேசன் பத்தின கவலைய விடுங்க" சத்யவரதன்

"உனக்கு வேறயாராச்சும் டீம் வேணுமா" எஸ்.பி

"சார் ஏற்கனவே அங்கிருந்து மாத்துனதுல எஸ்.ஐ அருள்குமரன் கான்ஸ்டபிள் தமிழ்மணி மட்டும் திரும்ப என்னோட ஸ்பெசல் டீமுக்கு வேணும்" சத்யவரதன்

"ஓகே ஆர்டர் போடறேன்" எஸ்.பி

"நன்றி சார்" என்று சல்யூட் அடித்து கிளம்பினான்

13

வாரம் ஒரு நாளு
பூமிநாதர் திருநாளு
மாசம் ஒரு நாளு
மாரியம்மன் திருநாளு
வருசம் ஒரு நாளு
சொடலமாடன் வரும் நாளு
வெளக்கு போட ஆளில்லையே
இனி வழித்துணைக்கு நீ இல்லியே
செயிலுக்கு போன மச்சான்
மாரணைக்க வழியில்லயே
மூச்சு தான் போகும்போது
பக்கத்துல நானில்லையே
வாய்க்கரிசி தான் போட
கை வெலங்கு தடுக்கதுடி
நெஞ்சு தான் வெடிக்குதுடி
பசிச்ச வாய்க்கு சோறாக்கி
பக்குவமா ஊட்டிவிட்டேன்

ஊட்டிவிட்ட வாய்க்கு தான்
வாய்க்கரிசி போட்டுவிட்டேன்

குடிசையின் மூலையில் உட்கார்ந்து தலையில் அடித்துக் கதறி ஒப்பாரி வைத்துக் கொண்டிருந்தான் வேம்படிமாடன்

சற்றுத் தள்ளி அவனை அவசர பரோலில் அழைத்து வந்த இரண்டு காவலர்கள் அமர்ந்திருந்தார்கள்.

சிகாமணி, கணியான் சொக்கன் அவர்கள் குடும்பத்தைச் சேர்ந்தவர்கள் மற்றும் ஊர்க்காரர்கள் அமைதியாய் அமர்ந்திருக்க

பெண்கள் வேம்படிமாடனின் ஒப்பாரிக்கு மாரில் அடித்து அழுது கொண்டிருந்தார்கள்.

சிறுவர்கள், சாராயம் குடித்த பெரியவர்கள் எல்லாம் முன்னாடி பறை அடிக்கு ஏற்ப ஆடிக்கொண்டிருந்தார்கள்.

திடீரென வேம்படிமாடனின் உடல் விறைத்தது. கை விலங்கு மாட்டிய கைகளை தலைக்கு மேல் தூக்கி உடம்பை வளைத்து நெளித்து கண்கள் சொருக

வேம்படிமாடனின் செய்கையை பார்த்து காவலர்கள் அருகில் ஓடிவர

ஊர்க்காரர்கள் எல்லோரும் "ஐயா அருள் வந்துருக்கு கருப்பன் எறங்கிருக்கான்" என்றதும் காவலர்கள் சற்று பின் வாங்கினார்கள்.

"சரி ஆக வேண்டியத பாருங்கப்பா. இருந்த ஒரே பையனும் எந்த தகவலும் இல்லாம இருக்கான்" பெரியவர் ஒருவர் ஆரம்பிக்க

அங்கிருந்த காவலர்களுக்கு சற்றே நிம்மதி ஆனது. சீக்கிரம் வேலை முடிந்து பத்திரமாக வேம்படிமாடனை சிறைக்கு கூட்டிச் செல்ல வேண்டும் என்ற கவலை அவர்களுக்கு மேலோங்கியிருந்தது

இறுதி ஊர்வலம் தொடங்கியது

வேம்படிமாடன் கை விலங்கு அவிழ்க்கப்பட்டிருந்தது

முன்னே வேம்படிமாடன் கொள்ளிப்பானையைத் தூக்கி நடந்து செல்ல

நடப்பது வேம்படிமாடனா கருப்பனா என்று ஊர்க்காரர்கள் குழப்பத்தில் போகும் அளவுக்கு அவனின் நடை இருந்தது

ஊர்க்காரர்கள் எல்லோரும் உடன் நடக்க

சிகாமணியின் கடையோடு ஒட்டிய அவனது வீட்டைக் கடந்ததும் சட்டென ஒரு நொடி நின்று திரும்பிப் பார்த்த வேம்படிமாடன் அங்கே சிகாமணியின் வீட்டு ஜன்னலுக்குள் இருந்து வெளியே பார்த்து தாத்தா என்று கை நீட்டி அழுது கொண்டிருந்த ஆதிமாரியைப் பார்த்துவிட்டான்

கண்களில் பெருகிய நீரை அடக்கி "கருப்பா" என்றபடியே மீண்டும் நடக்கத் தொடங்கினான்

* * *

தன் முன்னே அமர்ந்திருந்த எஸ்.ஜ அருள்குமரன் மற்றும் தமிழ்மணி ஆகியோரிடம் புலிவலம் சேகர் கொலை சம்மந்தமான கேஸ் ஃபைலை புரட்டிப் பார்த்தபடியே அவர்களிடம் இருந்து தகவல்களைக் கேட்டுக்கொண்டிருந்தான்

"யோவ் என்னய்யா போனவனுகள திரும்ப வரவெச்சுருக்கான" இன்ஸ்பெக்டர் ரூமுக்கு வெளியே எஸ்.ஐ ஜான் பீட்டர் அருகில் நின்றிருந்த ஏட்டுகள் துரைப்பாண்டி ஹரிஹரசுதன் ஆகியோரிடம் கேட்டான்

"அதான் சார் நாங்களும் பேசிகிட்டு இருக்கோம்" ஏட்டு துரைப்பாண்டி

"ஏட்டையா இந்த புது இன்ஸ்பெக்டர் என்ன ஆளு" கான்ஸ்டபிள் ஆகாசவாணி கேட்க

"அவன் ஏதோ தேனிப்பக்கம்னு சொன்னாங்க. ஜாதி எல்லாம் பாக்கமாட்டானாம். ஏகப்பட்ட சார்ஜ் வாங்கிருக்கான்" ஏட்டு ஹரிஹரசுதன்

"ஓ கண்டாங்க்ரசா" ஆகாசவாணி சிரிக்க.

காவல்துறையில் உயர் அதிகாரிகளின் பேச்சைக் கேட்காதவர்கள், அதிகப்படியான டிரான்ஸ்பர்கள் வாங்கியவர்கள், அதிக மெமோக்களை வாங்கியவர்களை குறிப்பிட்டுச் சொல்லும் சொல் தான் "கண்டாங்கிராஸ்". இதில் நல்ல போலீஸ், கெட்ட போலீஸ் எல்லோரும் அடங்குவார்கள்

"யோவ் ஐபிஎஸ் அதிகாரிகளுக்கு அவனைப் புடிக்கும் ஏன்னா பைசா வாங்கமாட்டான் அதே மாதிரி அவன் வாங்குன சார்ஜ் எல்லாம் யோசிக்காம அடிச்சதுக்காக தான்" எஸ்.ஐ ஜான் பீட்டர்

"யார அக்யூஸ்டுகள அடிச்சதுக்கா.?" ஆகாசவாணி கேட்க

"இல்ல போலீசுகள" என்றான் எஸ்.ஜ ஜான் பீட்டர்

அனைவரும் கொஞ்சம் அரண்டுபோனார்கள்

"சார் அந்த புலிவலம் சேகர் கொலைக் கேசைத் தான் விசாரிக்க ஆரம்பிச்சுருக்கான் என்ன பண்ண போறான்னு தெரியல" ஏட்டு ஹரிஹரசுதன்

அனைவரும் பயந்தார்கள்.

* * *

"அப்படின்னா ஏன் ஆரம்பத்துல அப்படி விசாரிக்காம விட்டாங்க" இன்ஸ்பெக்டர் சத்யவரதன் கேட்க

"சார். எல்லாமே டிஎஸ்பி கண்ணபிரானும் இன்ஸ்பெக்டர் முத்துராஜாவும் செஞ்ச வேலை. அவங்க ரெண்டு பேரும் மினிஸ்டருக்கும் மாவட்டத்துக்கும் ரொம்ப நெருக்கம் சார்" எஸ்.ஜ அருள்குமரன்

"உங்கள மாத்த யாரு காரணம்.?" சத்யவரதன்

"சார் ஒண்ணு எங்க சாதி இன்னொண்ணு இந்த கேசுல அவங்க நெனச்சது செய்ய முடியாதுன்னு எங்கள மாத்திட்டாங்க" எஸ்.ஜ அருள்குமரன்

"சரி அப்போ இந்த கேசுல நடந்தது பொய்யான அரெஸ்டா.?" சத்யவரதன் கேட்க

"ஐயா ஆமாங்கய்யா" தமிழ்மணி

"எப்படி சொல்ற" சத்யவரதன்

"ஐயா புலிவலம் சேகர் கொலை நடந்து முடிஞ்சு அக்யூஸ்டுக ஒரு கிலோமீட்டர் தள்ளி வாய்க்கால்ல

கை, கால் எல்லாம் கழுவிட்டு கத்திய அங்க வீசிட்டுப் போயிருக்கானுக. அதே இடத்துல ஒரு சாவியும் கீசெயினும் கெடந்துச்சுன்னு ஸ்கூல் பசங்க எஸ்.ஜ ஜான்பீட்டர் கிட்ட கொடுத்தாங்கய்யா. அது ஒரு அம்பாசடர் கார் சாவி." தமிழ்மணி சொன்னதும்

"ஓ.. அதுக்கப்பறம் தான் ரெண்டு நாள்ல உங்கள மாத்திட்டாங்களா... நீ எனக்கு லெட்டர் போட்டு இதெல்லாம் சொன்னது இப்போ தான் புரியுது" சத்யவரதன் தமிழ்மணியைப் பார்க்க

ஆமாங்கய்யா என்ற தமிழ்மணியை எஸ்.ஜ அருள்குமரன் புரியாமல் பார்க்க

"யேய் அருள் கொழப்பிக்காத.. தமிழ்மணி ட்ரெயினிங்ல என்னோட மாணவன். ஸ்டேசன்ல நெறய தப்பு பண்றாங்க நேர்மையா வேல செய்ய விட மாட்டேங்கறாங்கனு அப்பப்போ எனக்கு லெட்டர் போடுவான். அதே மாதிரி தான் இந்த கொலை கேஸ் சம்மந்தமாவும் லெட்டர் போட்டான். அதுல முக்கியமான தடயம் இருக்குனு சொல்லிருந்தான். அதுபோக இன்னும் நெறைய விசயம் எழுதிருந்தான். ஜஜி எனக்கு பழக்கம் அதனால அவருகிட்ட சொல்லிருந்தேன். கடைசில ஜஜி என்னையே இங்க மாத்திவிட்டுட்டாரு" சத்யவரதன் விளக்கினான்

சார் என்று புரிந்தது போல தலையாட்டினான் அருள்குமரன்

"சரி ரெண்டாவது அந்த பொம்பள கொலைக் கேசுல என்ன கொழப்பம்.?" சத்யவரதன் புரியாமல் கேட்க

"சார் அதுக்கும் மொத கேசுக்குமே நெறய தொடர்பு இருக்கு சார்" அருள்குமரன்

"என்னய்யா சொல்ற?" சத்யவரதன்

"ஆமா சார். புலிவலம் கேசுல தலைமறைவா காட்டிருக்கற மாசானமுத்துவோட அப்பா தான் சார் அந்த பொம்பள கேசுல ரிமாண்ட் ஆனது" அருள்குமரன்

"யாருய்யா அவங்க" சத்யவரதன் நெற்றியை சுருக்கினான்

அருள்குமரனும் தமிழ்மணியும் வேம்படிமாடனைப் பற்றி அவனிடம் விளக்கமாக சொன்னார்கள்.

"அப்போ ஏட்டு துரைப்பாண்டிக்கும் வேம்படிமாடனுக்கும் முன்விரோதம் ஏதாச்சும் இருக்கா" சத்யவரதன்

"அது பத்தி சரியா தெரியலைங்க ஐயா. ஊருக்குள்ள விசாரிச்சா தகவல் கெடைக்கும்ங்க ஐயா" தமிழ்மணி

"சரி.. இந்த முன்விரோதம் பத்தியும், அப்பறம் அந்த கார் சாவி பத்தியும் ரெண்டையும் நல்லா விசாரிச்சுட்டு நாளைக்கு வாங்க." சத்யவரதன் சொன்னதும் இருவரும் சல்யூட் அடித்துக் கிளம்பினார்கள்

இன்ஸ்பெக்டர் பெல்லை அழுத்தினான்

ஆகாசவாணி ஓடிவந்தான்

"ஐயா"

"வெளிய பொதுமக்கள் யாராச்சும் காத்திருக்காங்களா" சத்யவரதன்

"ஆமாங்கய்யா. மாவட்ட செயலாளர் குகனோட தம்பிக உங்கள பாக்க பூ பழத்தோட வந்துருக்காங்கய்யா" ஆகாசவாணி

"அடடே.. அப்படியா நானே வெளிய வரேன்" சத்யவரதன் சிரித்தபடி எழுந்து வெளியே வந்தான்

அவனைப் பார்த்ததும் அங்கிருந்த எஸ்.ஐ ஏட்டு போலீஸ் அனைவரும் எழுந்து நின்றார்கள்

பழத்தட்டோடு உட்கார்ந்திருந்த இருவர் சத்யவரதனைப் பார்த்ததும்

"சார் வணக்கம் சார் நீங்க புதுசா எங்க ஊரு ஸ்டேசனுக்கு வந்ததுக்கு அண்ணன் மாவட்டம் உங்கள பாத்து குடுத்துட்டு வர சொன்னாரு சார்" இருவரில் ஒருவன் சொல்ல

"என்ன என் கூட நிச்சயமா.? பொண்ணு யாரு உங்கண்ணன் பொண்ணா.?" சத்யவரதன் கேட்டதும்

ஸ்டேசனே அமைதியாக ஒருவர் முகத்தை ஒருவர் பார்க்க

வந்த இருவரும் அதிர்ச்சியானார்கள்

"சார் இல்ல சார் ஒரு மரியாதைக்காக..." என்றான்

"ஓ.. மரியாதை நிமித்தமா.? உன் மாவட்டம் மரியாதை பண்ணிட்டாரு நானும் திருப்பி பண்ணனும்ல. அப்பறம் மரியாதை தெரியாத இன்ஸ்பெக்டருன்னு ஊருக்குள்ள பேசமாட்டிங்களா.?"

அதைக்கேட்டு "சார்" என்று சிரித்தபடி அருகில் வந்த இருவரின் கன்னத்தையும் பழுக்க அறைந்தான் சத்யவரதன். உதடு கிழிந்து ஒருத்தனுக்கு ரத்தம் வழிய

"போய் மாவட்டத்துகிட்ட சொல்லு. அண்ணே.. இன்ஸ்பெக்டர் மொறவாசல் பண்ணி அனுப்பி விட்டாருனு" என்று சொல்லிவிட்டு அந்த பழத்தட்டைப் பார்த்தான் சத்யவரதன்

அதை எடுத்துக் கொண்டு ஓடிய இருவரையும் விட அதிகம் பயந்தது காவல் நிலையத்தில் இருந்தவர்கள் தான்

"அண்ணே சைக்கோகூ**யா இருக்கான்னே" பக்கத்திலிருந்த போலீஸ் நல்லுச்சாமியின் காதில் கிசுகிசுத்தான் ஆகாசவாணி

திரும்பி ஆகாசவானியைப் பார்த்து கண்ணடித்துச் சிரித்தான் சத்யவரதன்

பின் "இங்க வாய்யா வந்து ஜீப்ப எடு" என்றான்

"ஐயா எனக்கு ஜீப் ஓட்ட தெரியாதுங்கய்யா" ஆகாசவாணி

"சூப்பர் எனக்கும் தெரியாது. வா அப்போ ரெண்டு பேரும் கத்துக்குவோம்" என்று சொல்லிவிட்டு ஜீப்பில் ஏறி அமர்ந்தான்

வேர்த்து விறுவிறுக்க எஸ்.ஐ ஜான்பீட்டரையும் ஏட்டு துரைப்பாண்டியையும் பார்த்தபடியே ஜீப் டிரைவிங் சீட்டில் அமர்ந்தான் ஆகாசவாணி

14

"என்ன அருளு திரும்பவும் அதே ஸ்டேசனுக்கு வந்த உடனே எல்லா கேசையும் கண்டுபுடிச்சுட்டனு சொல்றாங்க. வாழ்த்துகள்யா" டீக்கடையில் நின்று கொண்டிருந்த அருள்குமரனையும் தமிழ்மணியையும் பார்த்துக் கிண்டலாக பேசியபடியே தனது ரூவீலரை எடுத்துக் கொண்டு கிளம்பினான் மாவட்ட செயலாளர் குகனின் தம்பி ஜெகன்மூர்த்தி

"தமிழ் நல்ல ஆதாரம் எடுக்கனும் அதுக்கப்பறம் இவனை ஸ்டேசன்ல வெச்சு வெளுக்கனும்" எஸ்.ஜ அருள்குமரன் சொன்னதும்

"சார் நாம கொணலை சங்கிலிகருப்பசாமி கோவிலுக்குப் போனா கண்டிப்பா ஆதாரம் கெடைக்கும் சார்" தமிழ்மணி

"எப்படிய்யா சொல்ற. அங்க யாருகிட்ட விசாரிக்கறது" எஸ்.ஜ அருள்குமரன்

"சார் கோவில் நிர்வாகத்துல விசாரிப்போம் சார். நாலஞ்சு வருசத்துக்கு முன்னாடி ஒரு பிரச்சன பஞ்சாயத்துக்குப் போயிருக்குனு தகவல் சார்" தமிழ்மணி சொன்னதும்

"சரி வா போயி பாக்கலாம்." இருவரும் டூவீலரில் கொணலை சங்கிலிகருப்பசாமி கோவிலுக்குப் போனார்கள்.

அங்கே நிர்வாகியிடம் பேச்சுக்கொடுத்தார்கள்

நிர்வாகி பேசினான்

"சாமி வேம்படிமாடன் தாத்தன் காலத்துல இருந்து அவிங்க தான் இந்த கருப்பசாமி கோவிலோட கோமரத்தாடி. இடைல வேற வேற சாதிக்காரவிக எல்லாம் கருப்பன் எறங்குனதா சொல்லி ஆடுவாங்க. ஆனா ஒருத்தருக்குக் கூட இதுவரைக்கும் பூ கெடச்சதில்ல சாமி" நிர்வாகி தொடர்ந்தான்

"வேம்படிமாடன் அப்பா காலம் வரைக்கும் பிரச்சனை இருந்ததில்ல. வேம்படிமாடனுக்கும் பிரச்சன இல்லாம தான் இருந்துச்சு. ஆனா வேம்படிமாடன் பையன் மாசானமுத்து சேர்க்கை சரியில்லாம போக நெறய அடிதடி சாதிகளுக்குள்ள நடந்துச்சு. ஊரு ரெண்டா பிரிய அந்த சண்டைகளும் ஒரு காரணம். அப்பறம் ராமுவோட மருமவன் சாமியாடுனத கருப்பன் ஏத்துக்கல. அது பொய்யாட்டம்னு நிரூபணம் ஆகி அவங்களுக்கு ஒரே அசிங்கமா போச்சு. ஒரு தாழ்ந்த சாதிக்காரன் முன்னாடி தலகுனிஞ்சுட்டேன்னு ராமு சொல்லிட்டே இருப்பாரு சாமி. அதனால வேம்படிமாடன் பையனக்

காரணமா வெச்சு இவங்க குடும்பத்தயே ஊர விட்டு வெரட்ட அப்பப்போ பேசுவாங்க. அது ஏதோ ஒரு காரணத்தால தள்ளிப்போயிட்டே இருந்துச்சு" நிர்வாகி முடித்தான்

"சரிப்பா போலீசுக்கும் வேம்படிமாடனுக்கும் என்ன பிரச்சன?" எஸ்.ஜ அருள்குமரன்

"சாமி போலீசு கூட வேம்படிமாடனுக்கு ஒரு பிரச்சனயும் இல்ல. அவர் பையனால தான் இவரு குடும்பத்த ஊரு ஒதுக்குச்சு. கோமரத்தாடியா வேம்படிமாடன் இருக்ககூடாதுனு ஊருல ஒரு தரப்பு எதிர்ப்பு. ஆனா கோவில்ல கோமரத்தாடிய மாத்தறதுக்கு கருப்பன் உத்தரவு கெடைக்கல. மாத்தறதுக்கு வேற என்ன பண்ணலாம்னு யோசிச்சு மலையாள மாந்த்ரீகர்கள கூட்டிட்டு வந்து பிரசன்னம் கூட பாத்தாய்ங்க. ஆனா பிரசன்னமும் தெளிவா கெடைக்கல" நிர்வாகி

"அதில்லப்பா. இந்த கோமரத்தாடி பிரச்சனைல போலீஸ்காரரு யாராச்சும் சம்மந்தப்பட்டிருக்காங்களா.?" எஸ்.ஜ அருள்குமரன்

"எனக்குத் தெரிஞ்சு அப்படி எதுவும் இல்ல சாமி" என்று முடித்துக் கொண்டான் அந்த நிர்வாகி

"சரி" என்று இருவரும் கோவிலில் இருந்து வெளியே கிளம்பினார்கள்.

* * *

வண்டியை மெதுவாக கியர் மாற்றாமல் ஓட்டிக்கொண்டிருந்தான் கான்ஸ்டபிள் ஆகாசவாணி

"பரவால்லயே. வண்டி ஓட்டத் தெரியாமயே இவ்ளோ நல்லா ஓட்டற" இன்ஸ்பெக்டர் சத்யவரதன்

"ஐயா நைட் டூட்டில அப்பபோ டிரைவர் குமரேசன் கத்துக் கொடுப்பாருய்யா. அதனால வண்டி நகர்த்த தெரியும். ஆனா நல்லா ஓட்டத் தெரியாதுங்கய்யா" ஆகாசவாணி

"சரி இப்ப நல்லா ஓட்டு" இன்ஸ்பெக்டர் சத்யவரதன்

"ஐயா…" இன்ஸ்பெக்டர் சத்யவரதனை குழப்பமாகப் பார்த்தான் ஆகாசவாணி

"நீ போலீஸ்ல எப்ப சேந்த" சத்யவரதன்

"ஐயா 1989 ங்க ஐயா" ஆகாசவாணி

"மதுரை AR ல டூட்டி பாத்தயா.?" சத்யவரதன்

"ஆமாங்கய்யா" மெல்ல எச்சில் விழுங்கினான் ஆகாசவாணி

"இன்ஸ்பெக்டர் வாசுதேவன் தெரியுமா?" சத்யவரதன் கேட்டதும்

"ஐயா மன்னிச்சுருங்கய்யா. டிரைவர் வேலை பிடிக்கல வண்டி ஓட்டத்தெரியும்னு சொன்னா இன்ஸ்பெக்டர், எஸ்.ஐ க்கு காலம்பூரா வண்டி ஓட்ட வெச்சுருவாங்கனு தான் ஓட்டத் தெரியாதுனு பொய் சொன்னேன். மதுரைல வாசுதேவன் இன்ஸ்பெக்டர் ஐயாவுக்கு நா தாய்யா டிரைவர்" ஆகாசவாணி பவ்யமாய் பதில் அளித்தான்

"சரி இப்போ போலாமா… வண்டி ஓட்டறயா.?" சத்யவரதன் கேட்க

"ஐயா எங்க போகனும்னு சொல்லுங்கய்யா. போலாம்" ஆகாசவாணி

"போர் அடிக்குதுயா. பக்கத்துல மலைஅருவில குளிக்கற மாதிரி ஏதாச்சும் இடம் இருக்கா" சத்யவரதன்

"ஐயா இருக்கு ஆனா அது இங்கிருந்து ரொம்ப தூரங்க ஐயா" ஆகாசவாணி

"எவ்ளோ ஒரு 50 கிலோ மீட்டர் இருக்குமா?" சத்யவரதன்

"ஐயா சரியா சொன்னிங்க. இங்கிருந்து 50 கிலோ மீட்டர்ல பச்சமலை இருக்கு" ஆகாசவாணி

"அருமை. அப்போ அங்கயே வண்டிய விடு" என்றபடி கூலிங்க்ளாஸ் எடுத்துப் கண்களில் மாட்டிக் கொண்டான் சத்யவரதன்.

"பச்ச மல பூவு நீ உச்சிமலத் தேனு

குத்தங்குற ஏது நீ நந்தவனத் தேரு

அழகே பொன்னுமணி

சிரிச்சா வெள்ளிமணி"

ராகமாய் பாடிய சத்யவரதனைப் பார்த்து

"ஐயா நல்லா பாடறீங்க ஐயா" ஆகாசவாணி உடலைச் சுருக்கி சிரித்தபடியே புகழ்ந்தான்

"அப்படியா சொல்ற. ஆனா நான் பாடறத விட செமயா ஆடுவேன்" என்ற சத்யவரதனைப் பார்த்து "ஐயா நல்லா ஆடுவீங்களா" ஆகாசவாணி ஆச்சர்யமாய் கேட்டான்

"இன்னும் கொஞ்ச நேரத்துல நீ பாக்கதான போற நான் எப்படி ஆடறேன்னு" சத்யவரதன்

ஏதும் புரியாமல் வண்டியை மிக நேர்த்தியாக ஒட்ட ஆரம்பித்திருந்தான் ஆகாசவாணி

வண்டி பச்சமலையை நோக்கி நகர்ந்தது

* * *

"வணக்கம் ஏட்டையா இன்ஸ்பெக்டர் இருக்காரா.?"

குரல் கேட்டு தன் தலையைத் தூக்கிப் பார்த்த ரைட்டர் ராமசுப்பு

"வாய்யா பாலு என்னய்யா இந்த பக்கம்.. இப்போ எல்லாம் உன்னய பாக்க முடியறதில்ல.?" என்று கேட்டார்

"நீங்க சரியா வேல செஞ்சா எனக்கு இங்க என்ன வேல இருக்கப் போகுது.?" தீக்கதிர் பாலு

"என்னய்யா அப்போ வேல சரியா நடக்குதா.. மொதததடவயா இந்த போலீஸ் ஸ்டேசன்ல வேல சரியா நடக்குதுனு சொல்லிருக்க" ராமசுப்பு வெற்றிலைக்கறையாய் சிரித்தார்

"ஆமா ஏட்டையா பொதுமக்கள் மனு கொண்டுவந்தா உடனே உடனே தீர்வு குடுக்கறாராம் புது இன்ஸ்பெக்டர். சந்தோஷமா இருந்துச்சு அதான் அப்படியே அவரைப் பாத்துட்டு ஒரு விசயத்த சொல்லிட்டுப் போலாம்னு வந்தேன்" தீக்கதிர் பாலு

"என்ன விசயம்யா. ஏதாச்சும் முக்கியாமானதா.?" ராமசுப்பு

"முக்கியமானது தான். அந்த ரெண்டு கொலைய புத்தி சில தகவல் சொல்லிட்டுப் போலாம்னு தான். வேறொண்ணுமில்ல" தீக்கதிர் பாலு

"தாராளமா சொல்லு, இப்பலாம் இங்க உண்மை அம்பலமேறிட்டு இருக்குய்யா. இப்படி ஒருத்தனத் தான் இந்த ஸ்டேசன் எதிர்பார்த்து இருந்துச்சு. எனக்கென்னமோ அந்தக் கருப்பன் தான் இந்தாள இங்க போஸ்டிங் போட்டுருக்கான்னு நெனக்கறேன்" சொன்னராமசுப்புவின்கண்களுக்குரிமாண்டுக்குதர தரவென்று இழுத்து செல்லப்பட்ட வேம்படிமாடனின் முகம் தான் நினைவுக்கு வந்தது.

"நல்லது செய்யற எல்லோருமே சாமி தான ஏட்டய்யா. சரி நான் அப்பறமா வந்து இன்ஸ்பெக்டர பாத்துக்கறேன்" என்றபடி கிளம்பி போனான் தீக்கதிர் பாலு.

"ஏட்டையா. இன்னைக்கு நைட் டூட்டி யாரு.?" எஸ்.ஐ ஜான் பீட்டர் கேட்க

"ஐயா நம்ம துரப்பாண்டிக்கு தான் வரும் எதுக்கும் இன்ஸ்பெக்டர்கிட்ட ஒரு வார்த்த கேளுங்க" ராமசுப்பு

"யோவ் அந்தாளுகிட்ட எவன்யா பேசுவான். நாம ஒண்ணு கேட்டா அவன் அதுல இருந்தது ஏழு கேள்வி கேக்கறான்" சலித்துக் கொண்டான் எஸ்.ஐ ஜான்பீட்டர்

"பின்ன நீங்க சொல்றதுக்கு எல்லாம் ஜால்ரா அடிக்கணுமா. இப்ப நல்லா கதறுங்கடா" என்று மனதுக்குள் சிரித்தபடி "நானே கேட்டு சொல்றேங்கய்யா" என்றான் ராமசுப்பு

இன்ஸ்பெக்டர் வீட்டு டெலிபோனுக்கு டயல் செய்தான் ராமசுப்பு

இன்ஸ்பெக்டர் வீட்டிலிருந்த காவலர் ரிசீவரை எடுத்தான்

"யாருங்க"

குரல் கேட்டதும் "யோவ் நான் ரைட்டர் பேசறேன்" ராமசுப்பு

"ஏட்டையா. இன்ஸ்பெக்டரய்யா வீட்டுக்கு வரல."

"இன்னைக்கு வண்டி யாரு ஓட்டறா.?"

"ஆகாசவாணி"

"சரி நீ வை" என்றபடி போனை வைத்தான் ராமசுப்பு

"ஏன் ஆகாசவாணிய கூட்டிட்டு போயிருக்காரு. எங்க போயிருப்பாரு" ராமசுப்பு யோசித்தான். அப்போது

"வணக்கம் சாமி"

எதிரில் நின்றவனைப் பார்த்து

"யாருப்பா என்ன வேணும்" கேட்டான் ராமசுப்பு

"இன்ஸ்பெக்டரய்யாவப் பாக்கனும்" வந்தவன்

"அவரு இல்லயே. நீங்க.?" ராமசுப்பு

"நான் கொணலைல இருந்து இங்க வரேன்" வந்தவன் சொன்னான்

"இன்னைக்கு வரமாட்டாரு இன்ஸ்பெக்டரு. நாளைக்குக் காலைல வரயா.? ராமசுப்பு

"சரிங்க" அவன் கிளம்பினான்

"உன் பேரென்னப்பா" ராமசுப்பு

"சங்கிலிகருப்பன்"

15

"**எ**ன்ன ஒரு அருமையான இடம். இந்த அருவிக்கு பேரென்னப்பா" இன்ஸ்பெக்டர் சத்யவரதன்

"ஐயா இதுக்கு மங்களம் அருவினு பேருங்கய்யா." ஆகாசவாணி

அட பேரே நல்ல இருக்கேப்பா" சத்யவரதன்

"பாரு.. புலிவலம் வந்து ரெண்டு வாரம் ஆகுது. இப்போதான் இங்க வரமுடிஞ்சுருக்கு" சத்யவரதன்

"ஐயா இந்த இடம் சுற்றுலா வரதுக்கு நல்ல இடம்." ஆகாசவாணி

"ஓ.. அப்படியா. சரி ஒரு சந்தேகம். அதென்ன பச்சமலை ரகசியம். நான் ஏதோ புக்குல படிச்சுருக்கேன்" சத்யவரதன்

"ரகசியமா அது என்னதுங்கய்யா தெரிலயே" ஆச்சர்யமாய் கேட்டான் ஆகாசவாணி

"அது உனக்குத் தெரிஞ்சுருக்க வாய்ப்பில்ல. ஏனா அது வரலாற்றுல கபிலர்னு ஒருத்தர் இருந்தாரு. அவரு இந்த மலைல பூக்கற மலையஞ்சிவந்தி பத்தி

ஒரு குறிப்பு பாடிருக்காரு. அதுல தான் ஒரு ரகசியம் சொல்லிருக்காரு." என்று நிறுத்திய சத்யவரதன்

"அதே மாதிரி ஒரு ரகசியம் உன்கிட்டயும் இருக்கு" என்றான்

"ஐயா என்ன சொல்றீங்க என்கிட்டயா? என்கிட்ட என்ன ரகசியம்" ஒன்றும் புரியாமல் நின்றான் ஆகாசவாணி

கன்னிமார் ஓடை அருவியில் இருந்து பெரிய சோலை, வெங்கழுடி ரிசர்வ் ஃபாரஸ்ட் வழியாக மங்களம் அருவியில் கலந்து வரும் நீர் அங்கிருந்த கரைகளைக் கடந்து போவதைக் கண்டு அதில் தன் யூனிஃபார்ம் பேண்டை முட்டி வரை தூக்கிக் கொண்டு கால்களை நீரில் போட்டபடி பாறையின் மேல் அமர்ந்திருந்தான் சத்யவரதன்

"ஏன் இவ்ளோ யோசிக்கற. நானே அந்த ரகசியம் சொல்லட்டுமா" சத்யவரதன் கேட்டான்

பிடிகொடுக்காமல் அவன் சொல்வதைக் கேட்டு லேசாக வியர்த்தது ஆகாசவாணிக்கு.

அதைக் கவனித்த சத்யவரதன் "அந்த வேம்படிமாடன் பையன் மாசானமுத்துவ புடிக்க முடியுமா முடியாதா?" என்று கேட்டதும்

வேர்த்துக் கொட்டியது ஆகாசவாணிக்கு

"ஐயா..எந்த மாசானமுத்து.. ஐ..யா புடிச்சரலாம்ங்கய்யா" நாக்குக் குழறியது

"எங்க போயி புடிக்கறது.?" சத்யவரதன்

"....." பதிலே இல்லை

"என்னய்யா அமைதியா இருக்க. மதுரைக்கு எதுக்கு போயிருந்த போனமாசம்.?" சத்யவரதன் கேட்டதும்

"ஐயா புல்லிவலம் சேகர் கொலை சம்மந்தமா மாசானமுத்துவ புடிக்க போயிருந்தேன் ஐயா" ஆகாசவாணி

"ஏன் புடிக்கல" சத்யவரதன்

"அவன் மதுரைல இல்லீங்கய்யா" தடுமாறினான் ஆகாசவாணி

"மதுரைல இல்லையா இல்ல எங்கயுமே இல்லையா.?" சத்யவரதன் அவனை அடிக்கண்ணால் நோக்கினான்

"........" ஆகாசவாணி

"டை மிசின்ல வேலை செய்யும் போது தவறுதலா மிசினுக்குள் சிக்கி வாலிபரின் கை துண்டானதுனு கோயம்பத்தூர் அவினாசி போலீஸ் ஸ்டேசன்ல ஒரு கேஸ் ஆயிருக்கு. அதுல ரத்தப்போக்கு அதிகமாகி ஆஸ்பிட்டல் போறதுக்குள்ள அவன் இறந்துட்டான். கை துண்டான அந்த வாலிபர் பேரு மாசானமுத்து. இதுல வேடிக்க என்னன்னா மாசானமுத்து இறந்தது போன வருசம். அப்போ செத்ததுக்கு அப்பறம் அவன் பாஸ்கர் சிவா சந்திரன் கூட சேர்ந்து புலிவலம் சேகரைக் கொன்னுருக்கான். அப்படித்தான.?" சத்யவரதன் சொல்லி முடித்ததும்

"ஐயா என்ன மன்னிச்சிருங்கய்யா. எனக்கும் இதுக்கும் எந்த சம்மந்தமும் இல்ல." ஆகாசவாணி கையெடுத்துக் கும்பிட்டான்

"அப்போ உண்மைய சொல்லு. நீ தப்பிச்சுக்கலாம்." சத்யவரதன் அதட்டினான்

"ஐயா இன்ஸ்பெக்டர் முத்துராஜா, எஸ்.ஐ ஜான்பீட்டர், ஏட்டு துரைபாண்டி, ஹரிஹரசுதன், நல்லுச்சாமி இவங்க தான் எல்லாத்துக்கும் காரணம்" ஆகாசவாணி

"யோவ் எனக்கு ஒரு விசயம் தெரியனும். புலிவலம் சேகரைக் கொன்னவங்க கொலை செஞ்ச கத்திய வீசுன இடத்துல ஒரு கார் சாவி இருந்துருக்கு அந்த சாவி எங்க.?" சத்யவரதன்

"ஐயா சாவி எங்கனு இன்ஸ்பெக்டர் முத்துராஜா எஸ்.ஐ ஜான்பீட்டருக்குத் தான் தெரியும். ஆனா மாவட்டம் குகன் சொல்லித் தான் அக்யூஸ்ட மாத்துனாங்க." ஆகாசவாணி

"மாசானமுத்து பாஸ்கரன் சிவா சந்திரனை இந்த கேஸ்ல சேத்தற ஐடியா குடுத்தது யாரு" சத்யவரதன்

"ஐயா மாசானமுத்துவ தான் மொதல்ல இந்த கேசுல சேர்த்து விட்டாரு" ஆகாசவாணி

"யாரு.?" சத்யவரதன்

"ஏட்டு துரைப்பாண்டி" ஆகாசவாணி

"அந்தாளுக்கு என்ன விரோதம் அவங்க மேல" சத்யவரதன்

"ஐயா ஏட்டு துரைபாண்டியோட சொந்த அண்ணன் பொண்ண எஸ்.சி வீட்டு பையன் இழுத்துட்டு போய்ட்டான். அது அவங்க குடும்பத்துக்குப் பெரிய அசிங்கமாயிருச்சு. அதனால மகள பிரிஞ்ச துக்கம் தாங்காம துரைப்பாண்டியோட

அண்ணன் ஹார்ட் அட்டாக்ல இறந்துட்டாரு. அப்போ அந்த எஸ்.சி பையனுக்கு ஆதரவா இருந்து கல்யாணம் பண்ணி வெச்சது மாசானமுத்துவும் அவன் கூட இருந்த கருப்புவும் தான். அதுல கருப்புவ கொலை பண்ணிட்டாங்க. மாசானமுத்து எங்க இருக்கான்னு கூட தெரியாததால சமயம் பாத்துட்டே இருந்தாரு ஏட்டு துரைப்பாண்டி. சரியா இந்த கேஸ் வந்துச்சு. இதுல கோத்து விடறது மூலமா எப்படியும் மாசானமுத்துவ போலீஸ் டீம் போட்டு தேடிப்புடிப்பாங்கனு காத்துருக்காருய்யா" ஆகாசவாணி

"ஓ.. கதை அப்படி போகுதா.? ஒரு பெரிய சாதிவெறிக்கூட்டம் திருச்சிலயும் இருக்கானுக போல" சத்யவரதன்

"சரி வண்டி எடு போலாம் ஆகாசவாணி" என்ற சத்யவரதன் சொன்னான்

"உனக்கு பேரு சரியாதான் வெச்சுருகாங்க. செய்திய சரியா வாசிச்சுட்டேயே" என்று அவன் முதுகில் தட்டியபடி ஜீப்பில் ஏறி உட்கார்ந்தான் சத்யவரதன்

* * *

"சார் என்ன சொல்றீங்க மாசானமுத்து செத்துட்டானா.?" எஸ்.ஐ அருள்குமரன் அதிர்ச்சியாக கேட்க

"ஆமா அருள். ஆனா அங்க அவனோட அப்பா பேரு முகவரி எல்லாம் வேற குடுத்துருக்கான். ஊரு பேரு மதுரைனு சொல்லிருக்கான். தனக்கு

யாரும் இல்ல. மனைவி இறந்துட்டதா சொல்லி சாந்தி டையிங் ஃபேக்டரில வேலை கேட்டுருக்கான். அவன் மேல மதுரைல இன்னொரு கொலைக் கேசு கூட இருக்கு. அதனால தான் பேரத் தவிர எல்லாமே மாத்திக் குடுத்துருக்கான். இறந்தப்போ எடுத்த போட்டோ வெச்சு உறுதிபடுத்திட்டேன். அது வேம்படிமாடன் பையன் மாசானமுத்து தான்" சத்யவரதன்

"சார் இன்னொரு தகவல் இருக்கு சார்" எஸ்.ஐ அருள்குமரன்

"என்ன தகவல்.?" சத்யவரதன்

"அந்த கார் சாவி அங்கிருந்து எடுத்துக் குடுத்து ஒரு பள்ளிக்கூட பையன் சார். அவன விசாரிச்சோம். அவன் அதை எஸ்.ஐ ஜான்பீட்டர் கிட்ட குடுத்துருக்கான்" அதுல கீ செயின்ல ரெண்டு கொம்பு மாதிரி இருந்துச்சுனு சொல்றான் சார். அந்த மாடல் கீ செயின் தான் ஜெகன்மூர்த்தி தன்னோட புல்லட்டுக்கும் போட்டுருக்கான் சார்" எஸ்.ஐ அருள்குமரன்

"கார் பழைய கார். அப்போ அன்னைக்கு தேதில இருந்து திருச்சில இருக்கற ஆட்டோ மொபைல் கடைகள்ல தேடிப்பாருங்க. ஜெகன்மூர்த்தி காரை வேல செய்யற வொர்க் ஷாப் பேருல ஏதாச்சும் பில் ஆயிருக்கா இல்ல அங்கிருந்து யாராச்சும் அம்பாசடர் கார் கீ செட் வாங்கிருக்காங்களானு செக் பண்ணுங்க" சத்யவரதன் உத்தரவிட்டான்

"சரிங்க சார்" என்றபடி எஸ்.ஐ அருள்குமரன் சல்யூட் அடித்து கிளம்பினான்

"ஐயா உங்கள பாக்க ஒருத்தர் வந்துருக்காரு" ரைட்டர் ராமசுப்பு

"யாரு என்ன விசயம்.?" சத்யவரதன்

"கொணலைல இருந்து சங்கிலிகருப்பன்னு சொல்றாரு" ரைட்டர் ராமசுப்பு

"வர சொல்லுங்க"

உள்ளே வந்து நின்றார் ஒருவர்

தலையை நிமிர்த்தி அவரைப் பார்த்த சத்யவரதன் என்ன விசயம் என்றான்

"கருப்பசாமி பண்டிகை அன்னைக்கு ஒரு பொம்பள செத்துச்சுல்ல அத கொன்னது யாருன்னு எனக்குத் தெரியும்" வந்தவர் சொல்ல

பரபரப்பானான் சத்யவரதன்

16

ஐயா உக்காருங்க என்று வந்தவரை சேரில் உட்கார வைத்தான் சத்யவரதன்

"யாரு நீங்க. உங்களுக்கு என்ன தெரியும்." சத்யவரதன்

"என் பேரு சங்கிலிகருப்பன். கொணலைல இருக்கேன்"

"என்ன வேல செய்யறீங்க" சத்யவரதன்

"நான் கூலி வேலை செய்யறேன்"

"சரி சொல்லுங்க என்ன உங்களுக்குத் தெரியும்.?" சத்யவரதன்

தன் கையில் இருந்த ஒரு வெள்ளைக் காகிதத்தை சத்யவரதனிடம் நீட்டினார் வந்தவர்

அதை வாங்கிப் பார்த்தான் சத்யவரதன்

அதில் எழுதியிருந்ததைப் படிக்க ஆரம்பித்தான்

"கருப்பா என்ன மன்னிச்சுரு. உன் திருவிழாக்கு என் பொண்டாட்டி சுமதிய கூட்டிட்டு வந்துட்டு

திரும்ப போகும்போது எனக்கு துரோகம் செஞ்சது பத்தி கேட்டு அவ கூட சண்ட போட்டேன். சண்ட அதிகமாகி அவளை கொன்னு மொகத்த எரிச்சுட்டேன். அன்னைல இருந்து எனக்கு நிம்மதி இல்ல. இன்னைக்கு ராத்திரி என் கனவுல என் பொண்டாட்டி வந்து செஞ்ச தப்ப ஒத்துக்க சொல்லுச்சு. நீ தான் என்னய காப்பாத்தனும் கருப்பா. நான் போய் போலீஸ்கிட்ட சரணடயறேன். காமராசு" என்று எழுதியிருந்தது

"ஐயா என்ன இது.?" சத்யவரதன்

"தெரியலீங்க. போனவாரம் கருப்பசாமி கோவில் உண்டியல் காசு எண்றதுக்கு கூப்டாங்க. நானும் போயிருந்தேன். அதுல காசு எண்ணும் போது நெறய சீட்டு இருந்துச்சு. எதேச்சயா இந்த சீட்ட படிச்சேன். அதுல ஒரு கொலை சம்மந்தமா எழுதி இருந்ததால போலீஸ்கிட்ட குடுக்கறதுக்காக யாருக்கும் தெரியாம எடுத்து வெச்சுருந்தேன். அப்போ இந்த கொலைல சம்மந்தபட்ட வேம்படிமாடனப் பத்தி விசாரிக்க போலீஸ் கோவிலுக்கு வந்துட்டுப் போனதா கேள்விப்பட்டேன். அதான் உடனே அன்னைக்கே இங்க வந்தேன். நீங்க யாருமே இல்லாததால போய்ட்டு இன்னைக்கு வரேன்" வந்தவர் சொல்லிமுடிக்க

"ரொம்ப நல்ல தகவல் இது. வழக்குக்கு இது ரொம்ப உதவியா இருக்கும் நன்றிங்க ஐயா" சத்யவரதன் நன்றி சொல்ல

"அப்போ நான் கெளம்பறேன்" என்றபடி வந்தவர் புறப்பட்டு செல்ல

சரி என்று சொல்லிவிட்டு அந்த கடிதத்தையே மீண்டும் படித்தான் சத்யவரதன்

ரைட்டர் ராமசுப்புவை அழைத்து விவரம் சொன்னான்

"ஐயா நான் ஒண்ணு சொல்லட்டுங்களா" ரைட்டர் ராமசுப்பு

"சொல்லுங்க ஏட்டையா"

"ஐயா வேம்படிமாடன் மேல தப்பு இல்லனு அவனை இங்க விசாரிச்சப்பவே தெருஞ்சுகிட்டேன். ஆனாலும் இவங்கலாம் ஒரு முடிவோட இருந்ததால என்னமோ பண்ணித் தொலைங்கனு விட்டுட்டேன். நீங்க இங்க வரும்போதே என் மனசுக்கு பட்டுது இந்த கேசுல ஒரு மாற்றம் வரும்னு. ஐயா வேம்படிமாடன் உண்மைலயே சாமி அருள் நெறஞ்சவன் ஐயா" வருத்தமாய்ப் பேசினார் ரைட்டர் ராமசுப்பு

"சரி பார்ப்போம்" சத்யவரதன் எழுந்து புறப்பட்டான்

* * *

"ஏதாச்சும் தகவல் இருக்கா.?" சத்யவரதன் தன் முன் நின்றிருந்த அருள்குமரனிடமும் தமிழ்மனியிடமும் கேட்க

"இருக்கு சார்"

"என்ன தகவல்" சத்யவரதன்

தன்னிடம் இருந்த சீட்டை சத்யவரதனிடம் நீட்டினான் அருள்குமரன்

வாங்கி அதைப் பார்த்தான்

அது அம்பாசடர் கார் சாவி செட்டுக்கான பில்

"சார் இது திருச்சி பொன்மலைல இருக்கற நித்யா ஆட்டோ மொபைல் கடையோட பில்லு சார். இது திருச்சி காவேரி நகர் கார் வொர்க் ஷாப்ல இருந்து வாங்கிருக்காங்க" எஸ்.ஜெ அருள்குமரன்

"அப்போ அந்த வொர்க் ஷாப்ல விசாரிச்சீங்களா.?" சத்யவரதன்

"விசாரிச்சோம் சார் அது TMC 2686 அம்பாசடர் காருக்காக வாங்கிருக்காங்க. அந்த கார் மாவட்டம் குகனோட சார்" எஸ்.ஜெ அருள்குமரன் சொன்னதும் நிமிர்ந்து உட்கார்ந்தான் சத்யவரதன்.

"ஐயா புலிவலம் சேகர் கொலை முடிஞ்சு ரெண்டு நாள் கழிச்சு அந்த கார் சாவிய செட்டோட மாத்திருக்காணுக ஐயா." கான்ஸ்டபிள் தமிழ்மணி சொன்னதும்

"அருமை. அப்போ போலீசோட உதவி, அரசியல் செல்வாக்கு, சாதிபலத்த வெச்சு சம்மந்தமில்லாதவங்கள சந்தேகமே வராத மாதிரி இதுல சேர்த்து விட்டுருக்காங்க" சத்யவரதன் சொல்ல

ஆமாம் என்பது போல இருவரும் தலையாட்டினார்கள்

"சரி புலிவலம் சேகர் கொலைக்கேசுக்கு ஒரு நல்ல ஆதாரம் கெடச்சுருச்சு. இப்போ இந்த சீட்ட பாருங்க" என்று தன் கையில் இருந்த பேப்பரை நீட்டினான் சத்யவரதன்

அதை வாங்கி எஸ்.ஜெ அருள்குமரனும் தமிழ்மணியும் படித்துப் பார்த்து அதிர்ச்சியானார்கள்.

"சார் இப்போ என்ன பண்றது சார்.?"

"மொதல்ல இது காமராசு எழுதுனது தானானு கண்டுபுடிக்கனும் அதுக்கு முன்னாடி காமராச கண்டுபுடிக்கனும்" சத்யவரதன்.

"சார் ஏற்கனவே சமயபுரம் போலீஸ் ஸ்டேசன்ல சுமதினு ஒருத்திய காணோம்னு அவ புருசன் புகார் குடுத்துருந்தது சம்மந்தமா ஏற்கனவே விசாரிச்சாங்க. ஆனா புகார் கொடுக்க வந்துட்டு குடுக்காமயே சாயங்காலம் வரேனு சொல்லிட்டுப் போயிருக்கான் அதுக்கப்பறம் சமயபுரம் போலீஸ் ஸ்டேசன்ல எந்த தகவலும் இல்ல நாங்க இப்போவே சமயபுரம் போறோம்." எஸ்.ஜ அருள்குமரன்

"அது சரி அருள். இதுல ஒண்ணு கவனிச்சயா. ஒரு வேள இது காமராசு கையெழுத்தா இருந்துருந்தா, சரணடைய போறதா எழுதி உண்டியல்ல போட்டவன் ஏன் போலீஸ் ஸ்டேசனுக்கு வரல.?" சத்யவரதன் கேட்க

"சார் வந்தவனை இவங்களே அனுப்பி விட்டுருந்தாங்கன்னா.?" அருள்குமரன் சந்தேகமாய் திருப்பிக் கேட்க

"வாய்ப்பிருக்கு. நீங்க மொதல்ல சமயபுரம் போய் காமராசு வீடு, ஆட்டோ ஸ்டாண்ட் எல்லாம் விசாரணை பண்ணுங்க. அவன் இங்க வந்தானானு நான் கண்டுபுடிச்சுக்கறேன்" சத்யவரதன்

"சார் இங்க யாரும் உங்களுக்கு தகவல் சொல்லமாட்டாங்க. யாருகிட்ட கேட்பீங்க.?" அருள்குமரன்

"என்னோட ஆல் இண்டியா ரேடியோ கிட்ட தான்" என்று சிரித்தான் சத்யவரதன்

அருள்குமரனும் தமிழ்மணியும் புரியாமல் நின்றார்கள்

17

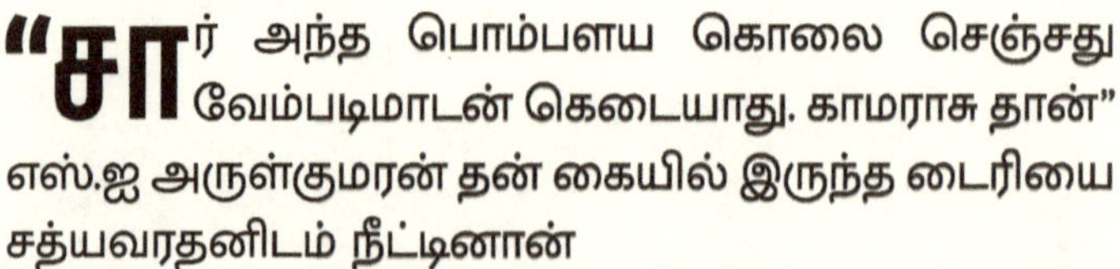

"**சா**ர் அந்த பொம்பளய கொலை செஞ்சது வேம்படிமாடன் கெடையாது. காமராசு தான்" எஸ்.ஜ அருள்குமரன் தன் கையில் இருந்த டைரியை சத்யவரதனிடம் நீட்டினான்

"சார் இது காமராசுவோட டைரி. அவன் வீட்டுல நின்னுட்டு இருந்த அவன் ஆட்டோ சீட்டுக்கடியில இருந்துச்சு. இதுல இருக்கற கையெழுத்தும் அந்த உண்டியல்ல கெடச்ச பேப்பர்ல இருக்கற கையெழுத்தும் ஒண்ணு தான் சார். அதனால காமராசு தான் இந்த கொலைய செஞ்சான்னு உறுதியா தெரியுது சார்" அருள்குமரன்

அருள்குமரன், தமிழ்மணி இருவருக்கும் கை குலுக்கி வாழ்த்து தெரிவித்தான் சத்யவரதன்

"இந்த டைரியையும் அந்த கடிதத்தையும் பாரன்சிக் லேப்க்கு அனுப்பி ரெண்டும் ஒரே கையெழுத்து தான்னு உறுதிப்படுத்துங்க" என்று இருவருக்கும் உத்தரவிட்டான் சத்யவரதன்

* * *

"புலிவலம் சேகரைக் கொன்னது மாவட்ட செயலாளர் குகனோட தம்பி ஜெகன்மூர்த்தி தான்னு உறுதியாயிருச்சு. சமயபுரம் சுமதிய கொன்னது அவளோட புருசன் காமராசுனும் உறுதியாயிருச்சு. இப்போ காமராசுவ கண்டுபுடிக்கனும்." யோசித்தவாறே ஜீப்பில் உட்கார்ந்திருந்தான். ஆகாசவாணி ஜீப்பை ஓட்டிக் கொண்டிருந்தான்.

நெற்றியில் தன் கைவிரலால் தட்டியபடியே யோசித்துக் கொண்டிருந்த சத்யவரதனைப் பார்த்து

"ஐயா என்னங்கய்யா ஒரே கொழப்பமா இருக்கீங்க" ஆகாசவாணி கேட்டான்

"அது ஒண்ணுமில்ல. ஆகாசவாணி ஒருத்தன காணோம் அவன கண்டுபுடிக்க முடியல" சத்யவரதன்

"யாரைங்கய்யா காணோம்.? யாரா இருந்தாலும் கண்டுபுடிச்சரலாங்கய்யா" ஆகாசவாணி

"கண்டுபுடிக்கறது சிரமம்யா" சத்யவரதன்

"ஏன் ஐயா அப்படி சொல்றீங்க. யாரா இருந்தாலும் கண்டுபுடிச்சரலாம். தமிழ்நாடு போலீஸ் கண்ணுல மண்ண தூவிட்டு யாராலயும் தப்பிக்க முடியாதுங்கய்யா" ஆகாசவாணி

"ஒருத்தன் மண்ண தூவிட்டான் ஆகாசவாணி. அவனை இனி கண்டுபுடிக்க முடியாது" ஆகாசவாணி

"ஐயா கோவிச்சுக்காம யாரு என்னனு வெவரம் சொல்லுங்கய்யா. நம்ம பசங்ககிட்ட சொல்லி தூக்கிரலாம்" ஆகாசவாணி

"ஓ. அவ்ளோ பசங்க இருக்காங்களா உன் கைவசம்" சத்யவரதன்

"தகவல் சொல்ல நெறய ஊர்க்கார பசங்க இருக்காங்க ஐயா" ஆகாசவாணி

"அவங்க எல்லாம் தேவையில்ல. நீயே போதும்யா. அவன் உனக்கு தெரிஞ்சவன் தான்" சத்யவரதன்

"எனக்கு தெரிஞ்சவனா யாருனு சொல்லுங்கய்யா" ஆர்வமானான் ஆகாசவாணி

"பேரு காமராசு. ஊரு சமயபுரம். ஆட்டோ டிரைவர். மாசக்கணக்கா ஆளக் காணோம்" சத்யவரதன் சொன்னதும் "க்ரீஈஈஈஈஈச்ச்ச்ச்" என்று ஜீப்பின் பிரேக்கை அழுத்தினான் ஆகாசவாணி

"ஐயா..." பயந்து நடுங்கியே விட்டான்.

முன்னால் சாய்ந்து பின்னால் வந்தான் சத்யவரதன்

"என்ன ஆகாசவாணி. நீ அடிச்ச பிரேக் பாத்தா காமராசு எங்கனு உனக்கு தெரியும் போல.?" சத்யவரதன்

"ஐயா எனக்கு.. எனக்கு.. குழறினான்" ஆகாசவாணி

"சொல்லுய்யா தேவையில்லாம மாட்டிக்காத. அப்பறம் கூண்டோட ஜெயிலு தான்" மிரட்டினான் சத்யவரதன்

ஐயா.

"சொல்லு அவன் ஸ்டேசனுக்கே வந்துருக்கானே" சத்யவரதன் கேட்டதும் நடுங்கிவிட்டான் ஆகாசவாணி

"ஐயா ஆமாய்யா வந்தான்" என்று அன்று நடந்ததை அப்படியே சொன்னான்.

"அப்பறம் என்ன செஞ்சீங்க" சத்யவரதன்

ஆகாசவாணி சொல்ல சொல்ல உறைந்து விட்டான் சத்யவரதன்

"என்னய்யா சொல்ற" சத்யவரதன்

"ஆமாங்கய்யா இன்ஸ்பெக்டர் முத்துராஜா, எஸ்.ஐ ஜான்பீட்டர் ஏட்டு துரைபாண்டி ஹரிஹரசுதன் நான் நல்லுச்சாமி எல்லோரும் அவனை பச்சமலை கொண்டு வந்து எரிச்சு சாம்பலாக்கி ஆத்துல கரச்சுட்டோம். என்னய காப்பாத்துங்கய்யா." ஆகாசவாணி சொன்னதைக்கேட்டு அசையாமல் நின்று விட்டான் சத்யவரதன்

பின் சுதாரித்துக் கொண்டு "யோவ் சரணடஞ்சவன் எப்படியா தூக்குல தொங்குவான்.?" கேட்டான்

"ஐயா நானும் அதான் சந்தேகப்பட்டேன். நான் தூங்கிட்டேன் என்ன நடந்துச்சுனு தெரியல. ஆனா காவலர் ஓய்வறைல வெச்சு ஏட்டு துரைப்பாண்டி காமராசுவோட கழுத்த துண்டால நெரிச்சு கொன்னத நல்லுச்சாமி பாத்துருக்கான்" ஆகாசவாணி

"அப்பறம் ஏன் நல்லுச்சாமி இதை வெளிய சொல்லல" சத்யவரதன்

"ஐயா நல்லுச்சாமி துரைப்பாண்டியோட அக்கா பையன் தான். அவன் சொல்ல மாட்டான்."

"இது வேற யாருக்கெல்லாம் தெரியும்" சத்யவரதன்

"யாருக்குமே தெரியாதுங்கய்யா. பாடிய எரிச்சு ஆத்துல கரச்சுட்டு வந்துட்டு ஒரு நாள் நல்லுச்சாமியும்

துரைப்பாண்டியும் இது சம்மந்தமா பேசிகிட்டு இருக்கும்போது எதேச்சையா காதுல கேட்டேன். இதுக்கப்பறம் வெளிய சொன்னா நாமளும் சேந்து மாட்டிக்குவோம்னு அமைதியாயிட்டேன் ஐயா" ஆகாசவாணி

* * *

"என்ன பேசறீங்க சத்யவரதன் இதெல்லாம் நெஜமா.?" எஸ்பி அதிர்ந்து போனார்

"ஆமா சார். இதெல்லாமே இங்க சாதிக்காக நடந்தது தான் சார். மாவட்ட செயலாளர் குகனோட மாமா நல்லிவரத தேவர கொலை செஞ்சதுக்கு பழிக்கு பழியா எஸ்.சி தரப்புல புலிவலம் சேகரை குகன் தம்பி ஜெகன்மூர்த்தி கொலை செஞ்சுருக்கான். ஆதாரபூர்வமா எல்லாமே நம்ம கிட்ட இருக்கு" சத்யவரதன் தொடர்ந்தான்

"அதே சமயம் ஏட்டு துரைபாண்டியோட அண்ணன் பொண்ண காதலிச்சு இழுத்துட்டு போனதுக்கு உதவியா இருந்த மாசானமுத்து, கருப்பு ரெண்டு பேருல கருப்புவ கொலை பண்ணிட்டாங்க ஆனா அதுக்கு வேற ஆளுக வேற காரணம் சொல்லி சரண்டர் ஆயிட்டாங்க. மிச்சம் இருக்கற மாசானமுத்து ஆள் எஸ்கேப் ஆனதால போலீஸ் மூலமா அவன புடிக்கறதுக்காக புலிவலம் சேகர் கொலைல அவனையும் அவன் கூட்டாளிகளயும் சேத்துவிட்ருக்காங்க. அப்படியே மாவட்டத்துக்கு உதவி பண்றமாதிரி கதைய திருப்பிருக்காங்க......"

"அதுமட்டுமில்ல சார். சமயபுரம் சுமதி கொலையான நாள் கருப்பசாமி ஊர்வலம் போன நாள். மாசானமுத்து குடும்பம் வசமா சிக்கிருச்சுனு நெனச்சு வேம்படிமாடனையும் இதுல சேத்து விட்டுருக்காங்க. வேம்படிமாடன் சாமியாடியா இருக்கறதால அவன் மேல மத்த சமுதாய ஆளுங்க கோவத்துல இருந்துருகாங்க. ஒரு எஸ்.சி எப்படி சாமியாடியா நமக்கு குறி சொல்லலாம்னு வாய்ப்புக்காகக் காத்திருந்துருக்காங்க. அதனால தான் அந்த கொலை சமயத்துல சாமியாடிட்டு போன வேம்படிமாடனை இதுல சேத்துவிட்டுட்டாங்க"

"என்னய்யா இது. போலீசே இப்படி போனா பொதுமக்கள் நிலைமை என்னனு யோசிக்கவே முடியலயே" எஸ்.பி கருப்பையா வேதனையோடு பேச

"சார் இதுல நிரபராதிக உள்ள இருக்காங்க. அத நாம விடக்கூடாது" சத்யவரதன்

"கண்டிப்பா நிரபராதிகளக் காப்பாத்தனும். யூ ப்ரோசீட்" எஸ்.பி

"நன்றி சார்" என்று சல்யூட் அடித்தவனை

"அந்த காமராசு மேட்டர் எப்படிய்யா" எஸ்பி கேட்க

"சார் அதுவும் கொலை தான். ஆனா அவனை போலீசே கொலை செய்யக் காரணம் என்னன்னா... அப்போ தான் வேம்படிமாடனைக் கொலைக் கேசுல ஜெயிலுக்கு அனுப்ப முடியும்." சத்யவரதன்

"யோவ் இவனுக போலீஸ் இல்ல பக்கா கொலைகாரனுக" எஸ்.பி கொந்தளித்தார்

மீண்டும் சல்யூட் அடித்தபடி புறப்பட்டான் சத்யவரதன்

* * *

மூன்று மாதங்களுக்குப் பிறகு

ஐயா உங்கள எஸ்பி வர சொல்லி மைக் ல தகவல் வந்துருக்கு.

உடனே புறப்பட்டான் சத்யவரதன்

எஸ்.பி அலுவலகம்

"வா சத்யவரதன். உன்ன மாதிரி ஆளுக இருக்கறதால தான் நீதி இன்னும் சாகாம இருக்கு" எஸ்.பி

"சார் உங்க சப்போர்ட் தான் காரணம்" சத்யவரதன்

"சரி ரெண்டு கேசுலயும் உண்மையான குற்றவாளிக பேரை சேர்த்து குற்றபத்திரிக்கை தாக்கல் பண்ணிட்டயா.?" எஸ்.பி

"சார் பண்ணிட்டேன்"

"சரி தவறா புலன் விசாரணை பண்ணுனதுக்காக இன்ஸ்பெக்டர் முத்துராஜா அப்பறம் அந்த கொலைக்கேசுல ஸ்பெசல் டீம்ல இருந்த எஸ்.ஐ ஜான் பீட்டர், ஏட்டு துரைபாண்டி, ஹரிஹரசுதன், நல்லுச்சாமி மேல துறை ரீதியா நடவடிக்கை எடுக்க கோர்ட் பரிந்துரை பண்ணிருக்கு. அதனால அவங்கள சஸ்பெண்ட் பண்ணிருக்கோம். அப்பறம் மறுபடி உன்ன பயிற்சி பள்ளிக்கே மாத்தி ஆர்டர் வந்துருக்கு" எஸ்.பி

அதைக் கேட்டு அதிர்ந்த சத்யவரதன் "சார் இன்னும் அந்த காமராசு கொலைக் கேசு அப்டியே இருக்கு. என்ன பண்ணலாம்னு சொல்றேன்னு சொன்னீங்க" என்றான்

"அதுசம்மந்தமாஜஜிடிஜிபிவரைக்கும்பேசுனேன் சத்யவரதன். காமராசு கொலை பத்தி இப்போ வெளிய தெரிஞ்சா ஒட்டுமொத்த போலீசுக்கே அவமானம். அதுமட்டுமில்லாம அரசாங்கத்துக்கு இது பெரிய கெட்ட பேரு. அப்பறம் காமராசு கொலை சம்மந்தமா எந்த தகவலும் கிடைக்கப்போறதில்ல. உன் கிட்ட ஆகாசவாணினு ஒரு போலீஸ் சொன்னதுக்காக எல்லாம் நடவடிக்கை எடுக்கமுடியாது. காமராசு டெட் பாடி எங்க.? அதில்லாம ஒண்ணும் பண்ணமுடியாது. அதனால இப்போதைக்கு பொண்டாட்டிய கொன்னுட்டு காமராசு தலைமறைவாயிட்டான். அவ்ளோதான். நீ ரெண்டு கேசுல நிரபராதிகள காப்பாத்திட்ட. அதனால இனி உன் வேலை முடிஞ்சுது. நீ கெளம்பு" எஸ்.பி

"சார்.. என்ன சார் இது.? இப்படியெல்லாம் பண்றவங்க போலீஸ்லயே இருக்க கூடாது" சத்யவரதன் கோவப்பட்டான்

"சத்யவரதன் உன் கோவம் புரியுது ஆனா நான் ஒண்ணு சொல்றேன். எப்போதுமே மனசுல வெச்சுக்கோ"

"...எல்லா நிரபராதிகளும் காப்பாற்றப்படுவோங்கனு நம்மால உறுதியா சொல்ல முடியும். ஆனா எல்லா குற்றவாளிகளும்

தண்டிக்கப்படுவாங்கனு நம்மால உறுதியா சொல்ல முடியாது. அதான் நம்மளோட அரசியலும் சட்டமும்"

சொன்ன எஸ்.பியைப் பார்த்து எதுவுமே பேசாமல் சல்யூட் அடித்தபடி புறப்பட்ட சத்யவரதன் ஒரு நொடி நின்றான்

"சார் அந்த வேம்படிமாடன் விடுதலையாகியும் மனநிலை பாதிக்கப்பட்டு அரசு மனநல மருத்துவமனைல சிகிச்சைல இருக்காரு. அவரோட மனைவி இறந்துட்டாங்க. மகனும் மருமகளும் இல்ல. ஒரே பேத்தி ஆதிமாரி. அந்த பொண்ண ஒரு டிரஸ்ட் தத்தெடுத்து மெட்ராசுக்கு படிக்க வைக்கக் கொண்டுப் போயிட்டாங்க"

"ஒரு அழகான குடும்பம் திசைமாறிப்போச்சு. இந்த மாதிரி எத்தனயோ ஏழைகள் அதிகாரவர்க்கத்த எதிர்க்கமுடியாமபாதிக்கப்பட்டுட்டேதான்இருக்காங்க சார். இந்த கேசுல கூட நாம நிரபராதிய ஜெயில் தண்டனைல இருந்து வேணா காப்பாத்திருக்கலாம். ஆனா நீதி.? குற்றவாளிகளுக்கான தண்டனை தான் பாதிக்கப்பட்டவங்களுக்கான முழு நீதி சார். சட்டத்துக்கு பாரபட்சம் இல்ல சார் அதை செயல்படுத்தற அதிகாரவர்க்கத்துகிட்ட தான் பாரபட்சம் இருக்கு சார்"

என்று சொல்லிவிட்டு இந்த முறை சல்யூட் அடிக்காமலேயே பதிலைக்கூட எதிர்பார்க்காமல் புறப்பட்டான் சத்யவரதன்

* * *

காவல் நிலையத்தில் எல்லோருக்கும் நன்றி சொல்லிவிட்டு ஜீப்பில் ஏறினான் சத்யவரதன்

"சார் எங்க போகனும்" ஆகாசவாணி

"கொணலை சங்கிலிகருப்பன் கோவிலுக்குப் போ" சத்யவரதன்

"ஐயா என்ன மன்னிச்சுருங்கய்யா. நான் அவங்க கூட சேந்து தப்பு பண்ணுனது உண்மை தான்" ஆகாசவாணி

அவனைப் பார்த்து சிரித்தபடி "உண்மைய என் கிட்ட சொன்னதுக்கு நான் தான் உனக்கு நன்றி சொல்லனும்" என்றான் சத்யவரதன்

கோவில் வந்தது

இறங்கி உள்ளே போனான் சத்யவரதன்

சாமியை வணங்கிவிட்டு நிர்வாகிகளை சந்தித்தான்.

"இங்க சங்கிலிகருப்பன்னு யாராச்சும் இருக்காங்களா" கேட்டான்

"அப்படி யாரும் இல்லையே சார்"

"நாலு மாசத்துக்கு முன்னாடி இங்க உண்டியல் எண்றதுக்கு வந்த உள்ளூர் ஆளு தான் அவரு" சத்யவரதன்

"உண்டியலா என்ன சார் சொல்றீங்க. இங்க வருசத்துக்கு ஒரு முறை தான் எண்ணுவோம். அதுவும் உண்டியல எண்ணி பத்து மாசம் ஆச்சு. அதுக்கு நாங்களே எண்ணிக்குவோம். பொதுமக்களை கூப்பிட்டதே இல்லயே" நிர்வாகி சொல்ல

அதைக்கேட்டு ஆச்சர்யமானான் சத்யவரதன்

"ஏன் சார் என்ன விசயம்" நிர்வாகி

ஒண்ணுமில்ல என்றபடி வெளியே சென்று ஜீப்பில் ஏறினான்

ஏறும் முன் சங்கிலிகருப்பனை ஒரு முறை பார்த்தான்

"நல்லபடியா போய்ட்டு வா" என்று சாமி உள்ளே இருந்து சொல்வது போல இருந்தது அவனுக்கு

புறப்பட்டு திருச்சி கலெக்டர் ஆபீஸ் கடந்து போய்க் கொண்டிருந்தான்

"மாற்றாதே மாற்றாதே நேர்மையான அதிகாரியை மாற்றாதே" அங்கே நடந்து கொண்டிருந்த போராட்டத்தைப் பார்த்தான்

அது தனக்காக தான் நடக்கிறது என்பதை புரிந்து கொண்டான் சத்யவரதன்

தூரத்தில் போரட்டத்தை நடத்திக் கொண்டிருந்த தீக்கதிர் பாலுவும் சத்யவரதனும் முதல் முதலாக ஒருவரை ஒருவர் பார்த்துக் கொண்டனர்.

இருவர் முகத்திலும் ஒரு திருப்தி படர்ந்தது.

18

2011 ம் ஆண்டு மாசி மாதம்

கன்னியாகுமரி தக்கலை காவல் நிலையம்

புகார் கொடுக்க பொதுமக்கள் காவல் நிலையத்தின் முன்பு போடப்பட்டிருந்த சேர்களில் உட்கார்ந்திருந்தனர்

"சார் இன்ஸ்பெக்டர் எப்போ வருவாரு.?" பொதுமக்களில் ஒருவர் கேட்க

"இன்னும் பத்து நிமிசத்துல வந்துருவாரு" முன்னாடி ரிசப்சனில் இருந்த பெண் போலீஸ் பதில் சொல்ல

கால் மணி நேரத்துக்குப் பிறகு இன்ஸ்பெக்டரின் பொலீரோ ஸ்டேசனுக்குள் நுழைந்தது

பொதுமக்கள் அனைவரும் எழுந்து நிற்க

போலீஸ் தொப்பி எடுத்து தலையில் அணிந்து சல்யூட் அடிக்க

பொதுமக்களைப் பார்த்து உட்காருங்க என்றபடியே உள்ளே போனான் இன்ஸ்பெக்டர் சத்யவரதன்

தன் அறையில் டேபிள் மேல் இருந்த காலிங் பெல்லை அழுத்தினான்

ஒரு உதவி எஸ்.ஐ ஓடி வந்தான்

"என்ன பாண்டியன் இன்னைக்கு என்ன விசேசம்?" சத்யவரதன்

"சார் நேத்து நைட்டு மூணு வீட்ட ஒடச்சுட்டாங்க. ரெண்டு அடிதடி. வழக்கு போட்டாச்சு." பாண்டியன்

"டிஎஸ்பிகிட்ட பேசியாச்சா" சத்யவரதன்

"சார் நீங்க அவருகிட்ட பேசமாட்டீங்க அதான் எஸ்.ஐ விபின் பேசிட்டாரு." பாண்டியன்

"எனக்கு ஜூனியர்யா அவன். அப்பறம் ஆளு யோக்கியம் கெடையாது. பேசுனாலே காசு காசும்பான். இவன மாதிரி பல பேர பாத்துட்டு தான் வந்துருக்கேன். இதுவரைக்கும் 28 டிரான்ஸ்பர். 12 சார்ஜ். 150 மெமோ வாங்கிட்டேன்.. இதுக்கு மேல என்ன.? விஆர்எஸ் குடுத்துருக்கேன் பார்ப்போம்" சத்யவரதன்

"சார் நீங்களும் போயிட்டா பொதுமக்களுக்காக உண்மையா வேல செய்ய யாருமே முன்வரமாட்டாங்க சார். சில ஆளுக திருந்தவே மாட்டானுக. நீங்க உங்க டூட்டிய பாருங்க சார். இப்பலாம் போலீஸ் டிபார்ட்மென்டே மாறிப்போச்சு. ஒரு காலத்துல உங்கள மாதிரி ஆளுக எல்லாம் இங்க ஆட்சி செஞ்சீங்க. மக்களுக்கு நீதி கெடச்சுது.

மக்களும் உங்களக் கொண்டாடுனாங்க. இப்பலாம் புனிதமான இந்த காவல்துறைலயும் காசு மட்டும் தான் தேடறானுக தே***யா பசங்க. நேர்மையா இருந்தா திருச்சிக்கரானுக்கு கன்யாகுமரி கோயம்பத்தூர்காரனுக்கு தூத்துக்குடி. அவ்ளோதான் சார் தமிழ்நாடு போலீஸ். ஆனா நேர்மையான பசங்க வருவானுக சார். வரனும் சார்." வேதனையைக் கொட்டித் தீர்த்தார் பாண்டியன்.

"சரி விடுங்க பாண்டியன். வெளிய பெட்டிசன் நெறய பேரு இருக்கற மாதிரி தெரியுது. வர சொல்லுங்க" சத்யவரதன்

"ஒவ்வொருத்தரா உள்ள வாங்க" பாண்டியன் காத்திருந்தவர்களிடம் சொன்னார்

"சார் வணக்கம் சார்"

"வணக்கம் உள்ள வாங்க.

கைக்குழந்தையுடன் இருந்தத பெண்ணைப்பார்த்து

"உக்காருங்க" என்றான் சத்யவரதன்

"என்ன பிரச்சன.?" சத்யவரதன்

"சார் என் பேரு மரியம். இது என் கணவர் ஜார்ஜ்." அந்த பெண் பேசினாள்

"ம்ம் சொல்லுங்க" சத்யவரதன்

"சார் என் கணவர் வெளிநாடு போறதுக்காக சேர்த்து வெச்ச 3 லட்சம் பணத்த அவரோட பிரண்ட்க்கு அவசரமா தேவைப்பட்டுதுன்னு கொடுத்தாரு" அந்த பெண் சொல்ல

மீதியை அவள் கணவன் தொடர்ந்தான்

"சார் என் பிரண்ட் சாலமன் அவனோட அம்மாக்கு ஹாஸ்பிட்டல் செலவுன்னு அர்ஜெண்டா கேட்டான் சார். அதுக்காக கொடுத்தேன். இப்போ எனக்கு விசா ரெடியாயிருச்சு. ஆனா திரும்ப தரமாட்டேங்கறான். அவன் அம்மா குணமாயிட்டாங்க. இவனும் நல்லா சம்பாதிக்கறான். நீங்க தான் உதவி பண்ணி பணத்த வாங்கித் தரனும் சார்"

மனுவை வாங்கிப் படித்தான். பின் காலிங் பெல்லை அழுத்த பாண்டியன் உள்ளே வந்தார்.

"இதுல இவருக்கு பணம் தர வேண்டிய சாலமன் போன் நம்பர் இருக்கு. போன் பண்ணி இப்போ வர சொல்லுங்க இல்லாட்டி நாளைக்கு காலைல 10 மணிக்கு வரச் சொல்லுங்க" சத்யவரதன்

அதற்குள் தக்கலை ஸ்டேசன் வாசலில் கொட்டு மேள ஓசை கேட்டு என்ன சத்தம் என்றான் சத்யவரதன்

"சார் தக்கலை சங்கிலிகருப்பன் கோவில் திருவிழா சார். கருப்பன் சாமியாடி வரும் சார். வருசா வருசம் ஸ்டேசனுக்குள்ள சாமி வரது இந்த ஊருல ஒரு மரபாம் சார்" பாண்டியன்

அதற்குள் கருப்பசாமி வந்து ஆடும் கோமரத்தாடி ஸ்டேசனுக்குள் வந்து விட்டார்

சத்யவரதன் எழுந்து வெளியே வந்தான்

அவன் முன்னே ஒரு உருவம் உடலின் குறுக்கே மாலைகளை அணிந்து கையில் வீச்சரிவாளை எடுத்துக் கொண்டு காலிலும் இடுப்பிலும் சலங்கையைக் கட்டியபடி ஒரு கையால் தன் கழுத்து வரை புரண்டு ஆடும் முடியை இருபக்கமும்

தள்ளிவிட்டபடியே முன்னும் பின்னும் பம்பை மற்றும் உருமிக்கு ஏற்ப ஆடிக்கொண்டிருந்தது

சத்யவரதன் மற்றும் அங்கிருந்த அனைவரும் கைகூப்பி வணங்கி நின்றனர்

"டேய்ய்ய். நான் தெக்க இருந்து வந்துருக்கன்டா.." என்று அந்த கோமரத்தாடி சத்யவரதனைப் பார்த்தது

சத்யவரதன் மனதுக்குள் குழப்பமே மேலோங்கியது

"இன்னுமாடா புரியல. டேய்ய்ய்ய் நான் தாண்டா சங்கிலிகருப்பன். கொணலைல இருந்து வந்துருக்கன்டா" அந்த கோமரத்தாடியின் உடல் மேலும் கீழும் பயங்கரமாகத் துள்ளியது

"டேய்ய்ய்ய் அங்க என் கோமரத்தாடி அவனோட கர்மாவ அனுபவிச்சு முடிச்சிட்டு எனக்காகவே இருக்கான்டா. அவனுக்காக தான்டா இப்போ வந்துருக்கேன்"

சப்த நாடியும் ஒடுங்கியது சத்யவரதனுக்கு

கொணலைல.. சங்கிலிகருப்பன்… அவனுக்கு எல்லாமே மீண்டும் சட்டென நினைவுக்கு வந்தது.

சத்யவரதன் உடல் வேர்த்தது. இதென்ன அதிசயம் என்று இதயம் படபடத்தது

கண்களை இறுக மூடிக்கொண்டான்.

"டேய்ய்ய். கொணலைல எனக்கு பூச பண்ண என்னோட அடுத்த கோமரத்தாடி இங்கதான்டா இருக்கான்" உரக்க கத்திக்கொண்டே திம் திம்

என்று மிதிக்கும் போது எழுந்த கால் சலங்கை ஒலி அந்த இடம் முழுவதும் ஓசை எழுப்பியது

சத்யவரதன் வியந்தான். அடுத்த கோமரத்தாடி இங்கயா ஒன்றும் புரியாமல் நின்றான்

"டேய்ய்ய்ய்ய்.. இங்க தான் இருக்கான் என கோமரத்தாடி. இவனுக்காக தான்டா அங்க நான் காத்துகிட்டு இருக்கேன்.. டேய்ய்ய்ய்ய்ய் இது சத்தியம். கருப்பன் வாக்கு பொய்க்காது" குரல் அதிர்ந்தது

சட்டென பின்னால் குழந்தையின் அழுகுரல் கேட்க

திரும்பிப் பார்த்தான் சத்யவரதன்

புகார் கொடுக்க வந்த பெண் மரியத்தின் ஆண் குழந்தையின் உடல் துள்ளியது

மிரண்டு போய் நின்றான் சத்யவரதன்

அந்த பெண் "அய்யோ" என்று வெடித்துக் கதறினாள்

தரையில் உட்கார்ந்து தன் தலையில் அடித்து அழுதாள்

அந்தகுழந்தையையைப்பார்த்து"டேய்ய்டேய்ய்ய்ய் டேய்ய்ய்ய்" என்று கண்ணீர் பெருக்கெடுக்க துள்ளி துள்ளி ஆடியது அந்த கோமரத்தாடியின் தேகம்

சத்யவரதனின் கண்கள் தன்னை அறியாமல் கலங்கி வழிந்தது

அந்த பெண் ஓடிவந்து தன் குழந்தையை அந்த சாமியாடியின் கால்களில் கிடத்தி தானும் விழுந்து அழுதாள்.

கோமரத்தாடி தன் கையில் இருந்த திருநீறை அந்தக் குழந்தையின் மீதும் அந்த பெண்ணின் நெற்றியிலும் பூசியது

அந்த பெண்ணின் கணவன் உறைந்து போய் நின்றிருந்தான்

சத்யவரதன் மெல்ல அந்த பெண்ணின் தோளைத் தொட்டு

"ஆதிமாரி" என்று எழுப்பினான்.

ஓ வென கதறி அழுதாள்

"உன் தாத்தா உங்க கிராமத்துல சங்கிலிகருப்பன் கோவில்ல மனநிலை தடுமாறி உனக்காகவே இருக்காருன்னு எப்போவோ தகவல் வந்துச்சும்மா. முடிஞ்சா உடனே போம்மா" என்றான் அமைசத்யவரதன்

கண்ணிரோடு குழந்தையைத் தூக்கித் தோளில் போட்டு சாலையில் இறங்கி வேக வேகமாக நடக்க ஆரம்பித்தாள் மரியம் என்கிற ஆதிமாரி

வேம்படிமாடனைப் பார்க்க ஆதிமாரியின் இதயம் துடித்து ஓடியது

ஆதிமாரி முன்னே செல்ல

"கருப்பு வரத பாருங்கடா

மண்ணு குலுங்க வரத பாருங்கடா

கருப்பு வரத பாருங்கடா

கண்ணு உருட்டி வரத பாருங்கடா

சடா முடிய சிலுப்பிகிட்டு

கெடா மீசய முறுக்கிக்கிட்டு

கருப்பு வரத பாருங்கடா

மண்ணு குலுங்க வரத பாருங்கடா"

பாடல் தூரத்தில் மைக்செட்டில் ஒலிக்க

பாடலுக்கு ஏற்ப ஆதிமாரியின் பின்னே கால்களை எட்டு வைத்து எட்டு வைத்து வீச்சரிவாளை ஆட்டி ஆட்டி கண்களை உருட்டி நாக்கை மடித்து உற்சாகமாகத் துள்ளிச் சென்றது கருப்பு

ஆதிமாரியின் தோளில் குழந்தை சாய்ந்து கிடக்க

ஒரு கோமரத்தாடியின் பயணம் தொடங்கியது வேர்களும் செடிகளும் வேறாவதில்லை.

(முற்றும்)